AF744712

Kryddað heimili

Indversk Matreiðslubók

Anika Jónsdóttir

Efnisyfirlit

Fyllt eggaldin

fyrir 4 manns

Hráefni

10 lítil eggaldin

1 stór laukur, smátt saxaður

3 matskeiðar nýrifin kókos

1 tsk malað kúmen

1 tsk chili duft

50g/1¾oz kóríanderlauf, saxað

1 sítrónusafi

Salt eftir smekk

3 matskeiðar hreinsuð jurtaolía

Aðferð

- Búðu til kross með hníf á annan endann á hverju eggaldini og skerðu niður og skildu hinn endann eftir óskorinn. Skildi það til hliðar.
- Blandið saman restinni af hráefnunum, nema olíunni. Fylltu þessa blöndu með niðurskornu eggaldinum.
- Hitið olíuna á pönnu. Bætið eggaldinunum út í og steikið við meðalhita í 3-4 mínútur. Lokið og eldið í 10 mínútur, snúið eggaldinunum varlega öðru hverju. Berið fram heitt.

Sarson ka Saag

(sinnep í sósu)

fyrir 4 manns

Hráefni

3 matskeiðar hreinsuð jurtaolía

100 g / 3 ½ oz sinnep, saxað

200g/7oz smátt saxað spínat

3 grænar paprikur skornar langsum

1 cm/½ tommu engiferrót, jöfnuð

2 pressuð hvítlauksrif

Salt eftir smekk

250ml/8fl oz af vatni

2 matskeiðar af ghee

dropi af smjöri

Aðferð

- Hitið olíuna á pönnu. Bætið við sinnepsgrænu, spínati og grænum chilli. Steikið þær við meðalhita í eina mínútu.

- Bætið engifer, hvítlauk, salti og vatni út í. Blandið vel saman. Eldið við lágan hita í 10 mínútur.

- Blandið blöndunni í blandara þar til hún er slétt.

- Færið yfir á pönnu og eldið við meðalhita í 15 mínútur.

- Skreytið með smjörinu. Berið fram heitt.

Shahi Paneer

(Paneer í ríkulegu sósu)

fyrir 4 manns

Hráefni

4 matskeiðar hreinsuð jurtaolía

500g/1lb 2oz paner*, Saxað

2 stórir laukar, malaðir í mauk

1 tsk engifermauk

1 teskeið af hvítlauksmauki

1 tsk chili duft

300g/10oz tómatmauk

200g/7oz jógúrt, hrist

250ml / 8fl oz fljótandi rjómi

Salt eftir smekk

Aðferð

- Hitið 1 matskeið af olíu á pönnu. Bætið paneer bitunum við. Steikið þær við meðalhita þar til þær eru gullnar. Tæmdu og geymdu.

- Bætið afganginum af olíunni á sömu steikarpönnu. Bætið við lauk, engifermauki og hvítlauksmauki. Steikið í eina mínútu. Bætið við paneer og afganginum af hráefninu. Eldið í 5 mínútur, hrærið af og til. Berið fram heitt.

Tandoori kartöflur

fyrir 4 manns

Hráefni

16 stórar skrældar kartöflur

Hreinsuð jurtaolía til steikingar

3 matskeiðar smátt saxaður tómatar

1 msk söxuð kóríanderlauf

1 teskeið af garam masala

3 ½ oz/100 g rifinn cheddar ostur

Salt eftir smekk

Safi úr 2 sítrónum

Aðferð

- Fjarlægðu kartöflurnar. Geymið kvoða og holu hlutana.
- Hitið olíuna á pönnu. Bætið holóttu kartöflunum út í. Steikið þær við meðalhita þar til þær eru gullnar. Skildi það til hliðar.
- Í sömu olíu, bætið söxuðum kartöflum og öllu því sem eftir er nema sítrónusafanum út í. Steikið við vægan hita í 5 mínútur.

- Fylltu þessa blöndu inni í holu kartöflunum.
- Bakið fylltu kartöflurnar í ofni við 200°C (400°F, gasmerki 6) í 5 mínútur.
- Stráið sítrónusafanum yfir kartöflurnar. Berið fram heitt.

maís karrý

fyrir 4 manns

Hráefni

1 stór kartöflu soðin og stappuð

500g / 1lb 2oz tómatmauk

3 matskeiðar hreinsuð jurtaolía

8 karríblöð

2 skeiðar af kossi*

1 tsk engifermauk

½ teskeið af saffran

Salt eftir smekk

1 teskeið af garam masala

1 tsk chili duft

3 skeiðar af sykri

250ml/8fl oz af vatni

4 maíseyru, skorin í 3 bita hver og soðin

Aðferð

- Blandið kartöflumús og tómatpúrru vel saman. Skildi það til hliðar.

- Hitið olíuna á pönnu. Bætið karríblöðunum út í. Látið þær vera stökkar í 10 sekúndur. Bætið besan og engifermauki út í. Steikið við vægan hita þar til gullið.

- Bætið við kartöflu- og tómatblöndunni og öllu sem eftir er nema maís. Eldið við vægan hita í 3-4 mínútur.

- Bætið maísbitunum út í. Blandið vel saman. Eldið við vægan hita í 8-10 mínútur. Berið fram heitt.

Grænn Masala pipar

fyrir 4 manns

Hráefni

1½ matskeiðar hreinsuð jurtaolía

1 teskeið af garam masala

¼ tsk túrmerik

½ tsk engifermauk

½ tsk hvítlauksmauk

1 stór laukur, smátt saxaður

1 tómatur, smátt saxaður

4 stórar grænar paprikur, skornar í julienne strimla

125g/4 ½oz jógúrt

Salt eftir smekk

Aðferð

- Hitið olíuna á pönnu. Bætið við garam masala, túrmerik, engifermauki og hvítlauksmauki. Steikið þessa blöndu við meðalhita í 2 mínútur.
- Bætið lauknum út í. Steikið þar til það er hálfgagnsætt.
- Bætið tómötum og grænum pipar út í. Steikið í 2-3 mínútur. Bætið við jógúrtinni og salti. Blandið vel saman. Eldið í 6-7 mínútur. Berið fram heitt.

grasker án olíu

fyrir 4 manns

Hráefni

500g/1lb 2oz graskál*, skrældar og saxaðar

2 tómatar, smátt saxaðir

1 stór laukur, smátt saxaður

1 tsk engifermauk

1 teskeið af hvítlauksmauki

2 smátt saxaðar grænar paprikur

½ tsk malað kóríander

½ tsk malað kúmen

25 g/lítil 1 oz kóríanderlauf, smátt skorin

120ml/4fl oz af vatni

Salt eftir smekk

Aðferð

- Blandið öllu hráefninu saman. Eldið á pönnu við vægan hita í 20 mínútur. Berið fram heitt.

okra með jógúrt

fyrir 4 manns

Hráefni

3 matskeiðar hreinsuð jurtaolía

½ tsk kúmenfræ

500 g / 1 lb 2 oz okra, saxað

½ tsk chili duft

¼ tsk túrmerik

2 grænar paprikur skornar langsum

1 tsk jöfnuðu engifer

200g/7oz jógúrt

1 teskeið af besan*, leyst upp í 1 matskeið af vatni

Salt eftir smekk

1 matskeið smátt skorin kóríanderlauf

Aðferð

- Hitið olíuna á pönnu. Bæta við kúmenfræjum. Leyfðu þeim að steikjast í 15 sekúndur.
- Bætið við okra, chilidufti, túrmerik, grænum chilli og engifer.
- Eldið við lágan hita í 20 mínútur, hrærið af og til.
- Bætið við jógúrt, besanblöndu og salti. Eldið í 5 mínútur.
- Skreytið okran með kóríanderlaufum. Berið fram heitt.

Steikt karela

(Steikt beiskjukál)

fyrir 4 manns

Hráefni

4 meðalstórar beiskjurtir*

Salt eftir smekk

1½ matskeiðar hreinsuð jurtaolía

½ tsk sinnepsfræ

½ teskeið af saffran

½ tsk engifermauk

½ tsk hvítlauksmauk

2 stórir laukar, smátt saxaðir

½ tsk chili duft

¾ tsk púðursykur*, Þakklátur

Aðferð

- Afhýðið beiskjuna og skerið í tvennt eftir endilöngu. Fargið fræjunum og skerið hvern helming í þunnar sneiðar. Bætið saltinu út í og látið standa í 20 mínútur. Kreistu vatnið úr. Bókaðu aftur.
- Hitið olíuna á pönnu. Bæta við sinnepsfræjum. Leyfðu þeim að steikjast í 15 sekúndur.
- Bætið restinni af hráefninu út í og steikið við meðalhita í 2-3 mínútur. Bætið við beiskju grasi. Blandið vel saman. Eldið í 5 mínútur við lágan hita. Berið fram heitt.

hvítkál með baunum

fyrir 4 manns

Hráefni

1 matskeið hreinsuð jurtaolía

1 tsk sinnepsfræ

2 grænar paprikur skornar langsum

¼ tsk túrmerik

400 g/14 oz hvítkál, smátt saxað

125g / 4½ oz ferskar baunir

Salt eftir smekk

2 skeiðar af rifnum kókoshnetu

Aðferð

- Hitið olíuna á pönnu. Bætið sinnepsfræjum og grænum chili saman við. Leyfðu þeim að steikjast í 15 sekúndur.
- Bætið afganginum út í, nema kókoshnetunni. Eldið við lágan hita í 10 mínútur.
- Bætið kókosnum út í. Blandið vel saman. Berið fram heitt.

Kartöflur í tómatsósu

fyrir 4 manns

Hráefni

2 matskeiðar hreinsuð jurtaolía

1 tsk kúmenfræ

klípa af asafoetida

½ teskeið af saffran

4 stórar kartöflur, soðnar og skornar í teninga

4 tómatar, smátt saxaðir

1 tsk chili duft

Salt eftir smekk

1 msk söxuð kóríanderlauf

Aðferð

- Hitið olíuna á pönnu. Bætið við kúmenfræjum, asafoetida og túrmerik. Leyfðu þeim að steikjast í 15 sekúndur.
- Bætið afganginum út í, nema kóríanderlaufunum. Blandið vel saman. Eldið við lágan hita í 10 mínútur. Skreytið með kóríanderlaufum. Berið fram heitt.

Drepa Palak

(baunir og spínat)

fyrir 4 manns

Hráefni

400 g/14 oz gufusoðið og saxað spínat

2 grænar paprikur

4-5 matskeiðar af hreinsuðu jurtaolíu

1 tsk kúmenfræ

1 klípa af asafoetida

1 teskeið af saffran

1 stór laukur, smátt saxaður

1 tómatur, smátt saxaður

1 stór kartöflu, skorin í teninga

Salt eftir smekk

200g/7oz grænar baunir

Aðferð

- Myljið spínat og papriku í fínt deig. Skildi það til hliðar.
- Hitið olíuna á pönnu. Bætið við kúmenfræjum, asafoetida og túrmerik. Leyfðu þeim að steikjast í 15 sekúndur.
- Bætið lauknum út í. Steikið við meðalhita þar til það er hálfgagnsætt.
- Bætið restinni við hráefninu. Blandið vel saman. Eldið við lágan hita í 7-8 mínútur, hrærið af og til.
- Bætið spínatmaukinu út í. Eldið við lágan hita í 5 mínútur. Berið fram heitt.

masala hvítkál

(kryddkál)

fyrir 4 manns

Hráefni

3 matskeiðar hreinsuð jurtaolía

1 tsk kúmenfræ

¼ tsk túrmerik

1 teskeið af hvítlauksmauki

1 tsk engifermauk

1 stór laukur, smátt saxaður

1 tómatur, smátt saxaður

½ tsk chili duft

Salt eftir smekk

400 g/14 oz hvítkál, smátt saxað

Aðferð

- Hitið olíuna á pönnu. Bætið við kúmeni og túrmerikfræjum. Leyfðu þeim að steikjast í 15 sekúndur. Bætið við hvítlauksmauki, engifermauki og lauk. Steikið við meðalhita í 2-3 mínútur.
- Bætið tómötunum, chiliduftinu, salti og káli saman við. Blandið vel saman. Lokið með loki og látið malla við vægan hita í 10-15 mínútur. Berið fram heitt.

eggaldin karrý

fyrir 4 manns

Hráefni

4 grænar paprikur

2,5 cm/1 tommu engiferrót

50g/1¾oz kóríanderlauf, saxað

3 matskeiðar hreinsuð jurtaolía

1 tsk mung dhal*

1 tsk urad dhal*

1 tsk kúmenfræ

½ tsk sinnepsfræ

500 g / 1 lb 2 oz lítil eggaldin, skorin í 5 cm / 2 tommu bita

½ teskeið af saffran

1 tsk tamarindmauk

Salt eftir smekk

250ml/8fl oz af vatni

Aðferð

- Malið grænt chilli, engifer og kóríanderlauf. Skildi það til hliðar.
- Hitið olíuna á pönnu. Bætið við mung dhal, urad dhal, kúmenfræjum og sinnepsfræjum. Leyfðu þeim að steikjast í 20 sekúndur.
- Bætið restinni af hráefnunum og engifer chilli maukinu út í. Blandið vel saman. Lokið með loki og eldið í 10 mínútur, hrærið af og til. Berið fram heitt.

Simla Mirch ka Bharta

(chili pipar)

fyrir 4 manns

Hráefni

3 meðalgrænar paprikur

3 meðal rauðar paprikur

3 matskeiðar hreinsuð jurtaolía

2 stórir laukar, smátt saxaðir

6 hvítlauksgeirar, smátt saxaðir

2,5 cm/1 tommu engiferrót, smátt skorin

½ tsk chili duft

¼ tsk túrmerik

2 saxaðir tómatar

1 teskeið af salti

1 msk söxuð kóríanderlauf

Aðferð

- Grillið grænu og rauðu paprikurnar í 5-6 mínútur. Snúið þeim oft til að tryggja að þeir séu jafnt soðnir.
- Afhýðið brennt hýði, fjarlægið stilka og fræ og skerið paprikuna í litla bita. Skildi það til hliðar.
- Hitið olíuna á pönnu. Bætið við lauknum, hvítlauknum og engiferinu. Steikið þær við meðalhita þar til laukurinn verður gullinn.
- Bætið við chilidufti, túrmerik, tómötum og salti. Steikið blönduna í 4-5 mínútur.
- Bætið paprikunum út í. Blandið vel saman. Lokið með loki og eldið við vægan hita í 30 mínútur.
- Skreytið grænmetið með kóríanderlaufum. Berið fram heitt.

Fljótlegt karrý með graskeri

fyrir 4 manns

Hráefni

1 meðalstór graskál*, skrældar og saxaðar

1 stór laukur, smátt saxaður

60g/2oz tómatar, smátt saxaðir

4-5 hvítlauksgeirar, saxaðir

1 matskeið tómatsósa

1 msk þurrkuð fennellauf

½ teskeið af saffran

¼ tsk nýmalaður svartur pipar

2 matskeiðar af mjólk

Salt eftir smekk

1 msk söxuð kóríanderlauf

Aðferð

- Eldið allt hráefnið, nema kóríanderlauf, á pönnu við meðalhita í 20 mínútur, hrærið af og til. Lokið með loki.
- Hrærið blönduna vel. Skreytið með kóríanderlaufum. Berið fram heitt.

Kaala Chana Curry

(Svart kjúklingakarrý)

fyrir 4 manns

Hráefni

250g/9oz kaala chana*, lagt í bleyti yfir nótt

klípa af bíkarbónati

Salt eftir smekk

1 lítri / 1¾ pints af vatni

1 lítill laukur

2,5 cm/1 tommu engiferrót

1 matskeið af ghee

1 tómatur, skorinn í teninga

½ teskeið af saffran

½ tsk chili duft

8-10 karríblöð

1 matskeið tamarindmauk

Aðferð

- Blandið chana saman við matarsóda, salti og helmingi vatnsins. Eldið á pönnu við meðalhita í 45 mínútur. Mala og geyma.
- Myljið laukinn og engiferið þar til þú færð mauk.
- Hitið ghee á pönnu. Bætið lauk-engifermaukinu út í og steikið þar til gullbrúnt.
- Bætið chana blöndunni og restinni af hráefninu út í. Blandið vel saman. Eldið við lágan hita í 8 til 10 mínútur, hrærið af og til. Berið fram heitt.

Kalina

(Grænmetisblanda í mjólk)

fyrir 4 manns

Hráefni

750ml / 1¼ lítri af mjólk

2 grænar grjónir, skrældar og saxaðar

Graskerkrukka 250g / 9oz*, Saxað

100g / 3 ½ oz hakkað hvítkál

2 saxaðir tómatar

1 stór græn paprika, saxuð

1 tsk tamarindmauk

1 tsk malað kóríander

1 tsk malað kúmen

2 tsk chili duft

2 tsk púðursykur*, Þakklátur

100 g / 3 ½ oz kóríanderlauf, smátt skorin

2 matskeiðar af khoya*

Salt eftir smekk

1 matskeið smátt skorin kóríanderlauf

Aðferð

- Hitið mjólkina á pönnu við meðalhita þar til hún fer að sjóða. Bætið grjónunum og graskálinni út í. Blandið vel saman. Eldið í 5 mínútur.
- Bætið afganginum út í, nema kóríanderlaufunum. Blandið vel saman. Eldið við lágan hita í 8-10 mínútur, hrærið stöðugt í.
- Skreyttu kalina með kóríanderlaufum. Berið fram heitt.

Tandoori blómkál

fyrir 4 manns

Hráefni

1½ tsk chiliduft

1½ tsk garam masala

Safi úr 2 sítrónum

100g/3½oz jógúrt

svart salt eftir smekk

1 kg af blómkálsblómum

Aðferð

- Blandið öllu saman nema blómkálinu. Marinerið svo blómkálið með þessari blöndu í 4 klst.
- Bakið í forhituðum ofni við 200°C (400°F, gasmerki 6) í 5-7 mínútur. Berið fram heitt.

kryddaður kaala chana

fyrir 4 manns

Hráefni

500g / 1lb 2oz kaala chana*, lagt í bleyti yfir nótt

500ml/16fl oz af vatni

Salt eftir smekk

3 matskeiðar hreinsuð jurtaolía

klípa af asafoetida

½ tsk sinnepsfræ

1 tsk kúmenfræ

2 tennur

1 cm af kanil

¼ tsk túrmerik

1 tsk malað kóríander

1 tsk malað kúmen

½ teskeið af garam masala

1 tsk tamarindmauk

1 msk söxuð kóríanderlauf

Aðferð

- Eldið chana með vatni og salti á pönnu við miðlungshita í 20 mínútur. Skildi það til hliðar.
- Hitið olíuna á pönnu. Bæta við asafoetida og sinnepsfræjum. Leyfðu þeim að steikjast í 15 sekúndur. Bætið soðnu Chana og restinni af hráefninu út í, nema kóríanderlauf. Eldið við vægan hita í 10-15 mínútur.
- Skreytið sterkan kaala chana með kóríanderlaufum. Berið fram heitt.

Tur Dhal Kofta

(Klofnar rauðar Gram Kjötbollur)

fyrir 4 manns

Hráefni

600g / 1lb 5oz masoor dhal*, lagt í bleyti yfir nótt

3 fínt saxaðar grænar paprikur

3 matskeiðar söxuð kóríanderlauf

60g/2oz rifin kókos

3 skeiðar af kúmenfræjum

klípa af asafoetida

Salt eftir smekk

Hreinsuð jurtaolía til steikingar

Aðferð

- Þvoið og stappið dálið í grófa bita. Hnoðið vel með restinni af hráefnunum, nema ólífuolíu, þar til þú færð slétt deig. Skiptið í kúlur á stærð við valhnetur.
- Hitið olíuna á pönnu. Bætið kúlunum út í og steikið við vægan hita þar til þær eru gullnar. Tæmdu koftana og berðu fram heita.

Shahi blómkál

(ríkt blómkál)

fyrir 4 manns

Hráefni

8 hvítlauksrif

2,5 cm/1 tommu engiferrót

½ teskeið af saffran

2 stórir laukar, rifnir

4 teskeiðar af valmúafræjum

2 matskeiðar af ghee

200g/7oz jógúrt, hrist

5 smátt saxaðir tómatar

200g/7oz niðursoðnar baunir

1 tsk af sykri

2 skeiðar af ferskum rjóma

Salt eftir smekk

250ml/8fl oz af vatni

500 g / 1 lb 2 oz blómkálsblóm, steikt

8 litlar steiktar kartöflur

Aðferð

- Myljið hvítlauk, engifer, túrmerik, lauk og valmúafræ í fínt deig. Skildi það til hliðar.
- Hitið 1 matskeið af ghee á pönnu. Bæta við poppy pastinu. Steikið í 5 mínútur. Bætið restinni af hráefninu út í nema blómkálið og kartöflurnar. Eldið við lágan hita í 4 mínútur.
- Bætið blómkálinu og kartöflunum saman við. Eldið í 15 mínútur og berið fram heitt.

Gojju Okra

(okrasulta)

fyrir 4 manns

Hráefni

500 g / 1 lb 2 oz okra, sneið

Salt eftir smekk

2 matskeiðar hreinsuð jurtaolía, auk auka til að steikja

1 tsk sinnepsfræ

klípa af asafoetida

200g/7oz jógúrt

250ml/8fl oz af vatni

Aðferð

- Blandið okrunni saman við salti. Hitið olíuna á pönnu og steikið okran við meðalhita þar til hún er gullin. Skildi það til hliðar.
- Hitið 2 matskeiðar af olíu. Bæta við sinnepi og asafoetida. Leyfðu þeim að steikjast í 15 sekúndur. Bætið okrinu, jógúrtinni og vatni út í. Blandið vel saman. Berið fram heitt.

Yam í grænni sósu

fyrir 4 manns

Hráefni

300g/10oz yams*, þunnt sneið

1 tsk chili duft

1 tsk amchoor*

½ tsk malaður svartur pipar

Salt eftir smekk

Hreinsuð jurtaolía til steikingar

Fyrir sósuna:

400 g saxað spínat

100 g / 3 ½ oz graskál*, Þakklátur

klípa af bíkarbónati

3 grænar paprikur

2 tsk heilhveiti

Salt eftir smekk

3 matskeiðar hreinsuð jurtaolía

1 cm/½ tommu engiferrót, jöfnuð

1 lítill laukur smátt saxaður

klípa af kanildufti

Klípa af möluðum negul

Aðferð

- Blandið yam sneiðunum saman við chilli duftið, amchoor, pipar og salti.
- Hitið olíuna á pönnu. Bætið yam sneiðunum út í. Steikið þær við meðalhita þar til þær eru gullnar. Tæmdu og geymdu.
- Blandið spínatinu, graskálinni og matarsódanum fyrir sósuna. Steam (sjámatreiðslutækni) blandan í gufugufu við miðlungshita í 10 mínútur.
- Myldu þessa blöndu ásamt grænum chilli, hveiti og salti þar til þú færð hálf-slétt deig. Skildi það til hliðar.
- Hitið olíuna á pönnu. Bætið engiferinu og lauknum út í. Steikið við meðalhita þar til laukurinn verður gullinn. Bætið kanilduftinu, negulduftinu og spínatblöndunni út í. Blandið vel saman. Eldið við meðalhita í 8-10 mínútur, hrærið af og til.
- Bætið garninu út í þessa grænu sósu. Blandið vel saman. Lokið með loki og eldið í 4-5 mínútur. Berið fram heitt.

Simla Mirch ki Sabzi

(þurrkaður grænn pipar)

fyrir 4 manns

Hráefni

2 matskeiðar hreinsuð jurtaolía

2 stórir laukar, smátt saxaðir

¾ tsk engifermauk

¾ tsk hvítlauksmauk

1 tsk malað kóríander

¼ tsk túrmerik

½ teskeið af garam masala

½ tsk chili duft

2 tómatar, smátt saxaðir

Salt eftir smekk

4 stórar grænar paprikur, saxaðar

1 matskeið smátt skorin kóríanderlauf

Aðferð

- Hitið olíuna á pönnu. Bætið við lauk, engifermauki og hvítlauksmauki. Steikið við meðalhita þar til laukurinn verður gullinn.
- Bætið við öllu sem eftir er af hráefninu nema kóríanderlaufum. Blandið vel saman. Steikið blönduna við vægan hita í 10-15 mínútur.
- Skreytið með kóríanderlaufum. Berið fram heitt.

blómkálskarrí

fyrir 4 manns

Hráefni

3 matskeiðar hreinsuð jurtaolía

1 tsk kúmenfræ

¼ tsk túrmerik

1 tsk engifermauk

1 tsk malað kóríander

1 tsk chili duft

200g/7oz tómatmauk

1 teskeið af flórsykri

Salt eftir smekk

400 g / 14 oz blómkálsblóm

120ml/4fl oz af vatni

Aðferð

- Hitið olíuna á pönnu. Bæta við kúmenfræjum. Leyfðu þeim að steikjast í 15 sekúndur.
- Bætið restinni af hráefninu nema vatni út í. Blandið vel saman. Bætið vatninu við. Lokið með loki og látið sjóða við vægan hita í 12-15 mínútur. bera fram heitt

haaq

(spínat karrý)

fyrir 4 manns

Hráefni

1/2 cm jöfnuð engiferrót

1 tsk fennelfræ, mulin

2 matskeiðar hreinsuð jurtaolía

2 þurrkaðar rauðar paprikur

¼ teskeið af asafoetida

1 græn paprika skorin eftir endilöngu

Salt eftir smekk

400 g/14 oz smátt saxað spínat

500ml/16fl oz af vatni

Aðferð

- Þurrkað engifer og fennelfræ. Skildi það til hliðar.
- Hitið olíuna á pönnu. Bætið við rauðum chilli, asafoetida, grænum chilli og salti. Steikið þessa blöndu við meðalhita í 1 mínútu.
- Bætið engifer- og fennelfræblöndunni út í. Steikið í eina mínútu. Bæta við spínati og vatni. Lokið með loki og látið sjóða við vægan hita í 8-10 mínútur. Berið fram heitt.

Þurrkað blómkál

fyrir 4 manns

Hráefni

3 matskeiðar hreinsuð jurtaolía

1 tsk kúmenfræ

¼ tsk túrmerik

2 smátt saxaðar grænar paprikur

1 tsk engifermauk

½ tsk flórsykur

400 g / 14 oz blómkálsblóm

Salt eftir smekk

60ml/2fl oz af vatni

¼ oz/10g söxuð kóríanderlauf

Aðferð

- Hitið olíuna á pönnu. Bæta við kúmenfræjum. Leyfðu þeim að steikjast í 15 sekúndur.
- Bætið við túrmerik, grænum chilli, engifermauki og flórsykri. Steikið við meðalhita í eina mínútu. Bætið blómkálinu, salti og vatni út í. Blandið vel saman. Lokið með loki og látið sjóða við vægan hita í 12-15 mínútur.
- Skreytið með kóríanderlaufum. Berið fram heitt.

grænmeti korma

(Blandað grænmeti)

fyrir 4 manns

Hráefni

3 matskeiðar hreinsuð jurtaolía

1 cm af kanil

2 tennur

2 grænir kardimommubelgir

2 stórir laukar, smátt saxaðir

¼ tsk túrmerik

½ tsk engifermauk

½ tsk hvítlauksmauk

Salt eftir smekk

300 g/10 oz frosið blandað grænmeti

250ml/8fl oz af vatni

1 tsk af valmúafræjum

Aðferð

- Hitið olíuna á pönnu. Bætið kanil, negul og kardimommum út í. Leyfðu þeim að steikjast í 30 sekúndur.
- Bætið við lauk, túrmerik, engifermauki, hvítlauksmauki og salti. Steikið blönduna við meðalhita í 2-3 mínútur, hrærið stöðugt í.
- Bætið grænmetinu og vatni saman við. Blandið vel saman. Lokið með loki og látið sjóða við vægan hita í 5-6 mínútur, hrærið af og til.
- Bætið valmúafræjunum út í. Blandið vel saman. Steikið í aðrar 2 mínútur. Berið fram heitt.

Eggaldin franskar

fyrir 4 manns

Hráefni

500 g / 1 lb 2 oz eggaldin, sneið

4 matskeiðar hreinsuð jurtaolía

Fyrir marineringuna:

1 tsk chili duft

½ tsk malaður svartur pipar

½ teskeið af saffran

1 tsk amchoor*

Salt eftir smekk

1 skeið af hrísgrjónamjöli

Aðferð

- Blandið hráefninu í marineringuna. Marinerið eggaldinsneiðarnar með þessari blöndu í 10 mínútur.
- Hitið olíuna á pönnu. Bætið eggaldinsneiðunum út í. Steikið þær við vægan hita í 7 mínútur. Snúið sneiðunum við og steikið aftur í 3 mínútur. Berið fram heitt.

rautt tómat karrý

fyrir 4 manns

Hráefni

1 matskeið þurrristaðar jarðhnetur

1 skeið af ristuðum kasjúhnetum

4 saxaðir tómatar

1 lítil græn paprika, saxuð

3 matskeiðar hreinsuð jurtaolía

1 tsk engifermauk

1 teskeið af hvítlauksmauki

1 stór saxaður laukur

1½ tsk garam masala

¼ tsk túrmerik

½ teskeið af sykri

Salt eftir smekk

Aðferð

- Blandið hnetunum og kasjúhnetunum saman og malið. Skildi það til hliðar.
- Myljið tómatana og grænan chili saman. Skildi það til hliðar.
- Hitið olíuna á pönnu. Bætið við engifermauki og hvítlauksmauki. Steikið við meðalhita í eina mínútu. Bætið við lauk, garam masala, túrmerik, sykri og salti. Steikið blönduna í 2-3 mínútur.
- Bætið hnetu-kasjúhnetublöndunni og tómat-piparblöndunni út í. Blandið vel saman. Lokið með loki og eldið í 15 mínútur. Berið fram heitt.

Curry Aloo Kill

(kartöflu- og ertakarrí)

fyrir 4 manns

Hráefni

1½ matskeiðar hreinsuð jurtaolía

1 tsk kúmenfræ

1 stór laukur, smátt saxaður

½ teskeið af saffran

1 tsk malað kóríander

1 tsk malað kúmen

1 tsk chili duft

200g/7oz tómatmauk

Salt eftir smekk

2 stórar saxaðar kartöflur

400g/14oz baunir

120ml/4fl oz af vatni

Aðferð

- Hitið olíuna á pönnu. Bæta við kúmenfræjum. Leyfðu þeim að steikjast í 15 sekúndur. Bætið lauknum út í. Steikið við meðalhita þar til þær eru gullnar.
- Bætið restinni við hráefninu. Eldið við lágan hita í 15 mínútur. Berið fram heitt.

Badshahi Baigan

(alvöru eggaldin)

fyrir 4 manns

Hráefni

8 lítil eggaldin

Salt eftir smekk

30g/1oz ghee

2 stórir laukar, sneiddir

1 skeið af kasjúhnetum

1 skeið af rúsínum

1 tsk engifermauk

1 teskeið af hvítlauksmauki

1 tsk malað kóríander

1 teskeið af garam masala

¼ tsk túrmerik

200g/7oz jógúrt

1 tsk söxuð kóríanderlauf

Aðferð

- Skerið eggaldinin í tvennt eftir endilöngu. Nuddið þær með salti og setjið til hliðar í 10 mínútur. Kreistu út umfram raka og settu til hliðar aftur.
- Hitið ghee á pönnu. Bætið lauknum, kasjúhnetunum og rúsínunum út í. Steikið þær við meðalhita þar til þær eru gullnar. Tæmdu og geymdu.
- Bætið eggaldinunum út í sama kjötið og steikið þau við meðalhita þar til þau eru mjúk. Tæmdu og geymdu.
- Bætið engifermauki og hvítlauksmauki saman við sama blönduna. Steikið í eina mínútu. Blandið saman við afganginn af hráefninu. Eldið í 7-8 mínútur við meðalhita.
- Bætið eggaldinunum út í. Eldið við lágan hita í 2 mínútur. Skreytið með steiktum lauk, kasjúhnetum og rúsínum. Berið fram heitt.

Kartöflur í Garam Masala

fyrir 4 manns

Hráefni

3 matskeiðar hreinsuð jurtaolía

1 stór laukur, smátt saxaður

10 fínsaxaðir hvítlauksgeirar

½ teskeið af saffran

1 teskeið af garam masala

Salt eftir smekk

3 stórar kartöflur, soðnar og skornar í teninga

240ml/6fl oz af vatni

Aðferð

- Hitið olíuna á pönnu. Bætið lauknum og hvítlauknum út í. Steikið í 2 mínútur.
- Bætið hinum hráefnunum saman við og blandið vel saman. Berið fram heitt.

Tamílískur Korma

(blandað grænmeti í tamílska stíl)

fyrir 4 manns

Hráefni

4 matskeiðar hreinsuð jurtaolía

1 tsk kúmenfræ

2 stórar saxaðar kartöflur

2 stórar gulrætur, saxaðar

100 g / 3 ½ oz franskar baunir, saxaðar

Salt eftir smekk

Fyrir kryddblönduna:

100 g / 3 ½ oz fersk kókos, rifin

4 grænar paprikur

100g/3½oz kóríanderlauf, saxað

1 tsk af valmúafræjum

1 tsk engifermauk

1 teskeið af saffran

Aðferð

- Malið öll innihaldsefni kryddblöndunnar í slétt deig. Skildi það til hliðar.
- Hitið olíuna. Bæta við kúmenfræjum. Leyfðu þeim að steikjast í 15 sekúndur.
- Bætið restinni af hráefninu og malaðri kryddblöndunni saman við. Eldið í 15 mínútur við lágan hita, hrærið af og til. Berið fram heitt.

Þurrkað eggaldin með lauk og kartöflu

fyrir 4 manns

Hráefni

3 matskeiðar hreinsuð jurtaolía

1 tsk sinnepsfræ

300 g/10 oz hakkað eggaldin

¼ tsk túrmerik

3 litlir laukar, smátt saxaðir

2 stórar kartöflur, soðnar og skornar í teninga

1 tsk chili duft

1 tsk amchoor*

Salt eftir smekk

Aðferð

- Hitið olíuna á pönnu. Bæta við sinnepsfræjum. Leyfðu þeim að steikjast í 15 sekúndur.
- Bætið eggaldinunum og saffraninu út í. Steikið við vægan hita í 10 mínútur.
- Bætið restinni við hráefninu. Blandið vel saman. Lokið með loki og eldið í 10 mínútur. Berið fram heitt.

Koftas Lajawab

(Ostakjötbollur í sósu)

fyrir 4 manns

Hráefni

3 matskeiðar hreinsuð jurtaolía

3 stórir laukar, rifnir

2,5 cm/1 tommu engiferrót, möluð

3 tómatar, maukaðir

1 teskeið af saffran

Salt eftir smekk

120ml/4fl oz af vatni

Fyrir koftas:

400 g/14 oz cheddar ostur, rifinn

250g/9oz maísmjöl

½ tsk nýmalaður svartur pipar

1 teskeið af garam masala

Salt eftir smekk

Hreinsuð jurtaolía til steikingar

Aðferð

- Blandið öllum kofta innihaldsefnum nema olíunni saman. Skiptið í kúlur á stærð við valhnetur. Hitið olíuna á pönnu. Bætið koftunum út í. Steikið þær við meðalhita þar til þær eru gullnar. Tæmdu og geymdu.
- Hitið 3 matskeiðar af olíu á pönnu. Bætið lauknum út í og steikið þar til hann er gullinn.
- Bætið hinum hráefnunum saman við og blandið vel saman. Eldið í 8 mínútur, hrærið af og til. Bætið koftas við þessa sósu og berið fram heitt.

Teekha Baigan Masala

(heitt eggaldin)

fyrir 4 manns

Hráefni

2 matskeiðar hreinsuð jurtaolía

3 stórir laukar, saxaðir

10 hvítlauksrif, mulin

2,5 cm/1 tommu engiferrót, rifin

1 tsk tamarindmauk

2 matskeiðar af garam masala

Salt eftir smekk

500 g / 1 lb 2 oz lítil eggaldin, saxuð

Aðferð

- Hitið 2 matskeiðar af olíu á pönnu. Bætið lauknum út í. Steikið við meðalhita í 3 mínútur. Bætið við hvítlauk, engifer, tamarind, garam masala og salti. Blandið vel saman.
- Bætið eggaldinunum út í. Blandið vel saman. Lokið með loki og eldið í 15 mínútur, hrærið af og til. Berið fram heitt.

grænmetiskafta

(Grænmetiskjötbollur í rjómasósu)

fyrir 4 manns

Hráefni

6 stórar kartöflur, skrældar og saxaðar

3 stórar gulrætur, skrældar og saxaðar

Salt eftir smekk

hveiti til brauðs

2 matskeiðar hreinsuð jurtaolía, auk auka til að steikja

3 stórir laukar, þunnar sneiðar

4 fínsaxaðir hvítlauksgeirar

2,5 cm/1 tommu engiferrót, smátt skorin

4 tennur, malaðar

½ teskeið af saffran

2 tómatar, maukaðir

1 tsk chili duft

4 skeiðar af rjóma

25g/lítil 1oz kóríanderlauf, saxað

Aðferð

- Sjóðið kartöflurnar og gulræturnar í söltu vatni í 15 mínútur. Tæmið og geymið soðið. Bætið salti við grænmetið og stappið það.
- Skiptið maukinu í kúlur á stærð við sítrónu. Klæðið hveiti yfir og steikið koftas í olíu við meðalhita þar til þeir eru gullinbrúnir. Skildi það til hliðar.
- Hitið 2 matskeiðar af olíu á pönnu. Bætið lauknum, hvítlauknum, engiferinu, negull og túrmerik út í. Steikið við meðalhita í 4-5 mínútur. Bætið tómötunum, chiliduftinu og grænmetissoðinu út í. Eldið við lágan hita í 4 mínútur.
- Bætið koftunum út í. Skreytið með rjóma og kóríanderlaufum. Berið fram heitt.

þurrkað grasker

fyrir 4 manns

Hráefni

3 matskeiðar hreinsuð jurtaolía

1 tsk kúmenfræ

¼ tsk túrmerik

¾ teskeið malað kóríander

Salt eftir smekk

750 g / 1 lb 10 oz hakkað grasker

60ml/2fl oz af vatni

Aðferð

- Hitið olíuna á pönnu. Bætið við kúmeni og túrmerikfræjum. Leyfðu þeim að steikjast í 15 sekúndur.
- Bætið restinni við hráefninu. Blandið vel saman. Lokið með loki og eldið í 15 mínútur. Berið fram heitt.

Blandað grænmeti með fenugreek

fyrir 4 manns

Hráefni

4-5 matskeiðar af hreinsuðu jurtaolíu

1 tsk sinnepsfræ

½ tsk fenugreek fræ

2 stórir laukar, smátt saxaðir

2 stórar sætar kartöflur skornar í teninga

4 lítil eggaldin skorin í teninga

2 stórar grænar paprikur skornar í teninga

3 stórar kartöflur skornar í teninga

100 g / 3 ½ oz franskar baunir, saxaðar

½ teskeið af saffran

1 tsk chili duft

2 matskeiðar tamarindmauk

1 msk söxuð kóríanderlauf

8-10 karríblöð

1 tsk af sykri

Salt eftir smekk

750ml / 1¼ lítri af vatni

Aðferð

- Hitið olíuna á pönnu. Bætið sinnepsfræjum og fenugreek út í. Leyfðu þeim að steikjast í 15 sekúndur. Bætið laukunum út í. Steikið þar til það er gegnsætt.
- Bætið restinni af hráefninu nema vatni út í. Blandið vel saman. Bætið vatninu við. Eldið við lágan hita í 20 mínútur. Berið fram heitt.

Dum Gobhi

(soðið blómkál)

fyrir 4 manns

Hráefni

2,5 cm/1 tommu engiferrót, söxuð

2 tómatar, smátt saxaðir

¼ tsk túrmerik

1 matskeið af jógúrt

½ teskeið af garam masala

Salt eftir smekk

800 g / 1¾lb blómkálsblóm

Aðferð

- Blandið öllu saman nema blómkálsflögunum.
- Setjið blómkálið á pönnu og hellið þessari blöndu yfir. Lokið með loki og eldið í 20 mínútur, hrærið af og til. Berið fram heitt.

Chole

(kjúklingabauna karrý)

þjónar 5

Hráefni

375 g/13 oz kjúklingabaunir, lagðar í bleyti yfir nótt

1 lítri / 1¾ pints af vatni

Salt eftir smekk

1 tómatur, smátt saxaður

3 litlir laukar, smátt saxaðir

1 ½ matskeið smátt skorin kóríanderlauf

2 matskeiðar hreinsuð jurtaolía

1 tsk kúmenfræ

1 tsk engifermauk

1 teskeið af hvítlauksmauki

2 lárviðarlauf

1 tsk af sykri

1 tsk chili duft

½ teskeið af saffran

1 matskeið af ghee

4 grænir chili, skornir langsum

½ teskeið af kanildufti

½ teskeið af möluðum negul

1 sítrónusafi

Aðferð

- Blandið kjúklingabaununum saman við helminginn af vatni og salti. Eldið þessa blöndu á pönnu við miðlungshita í 30 mínútur. Takið af hellunni og hellið af kjúklingabaununum.
- Maukið 2 matskeiðar af kjúklingabaunum með helmingnum af tómötunum, einum lauk og hálfum kóríanderlaufunum í fínt deig. Skildi það til hliðar.
- Hitið olíuna á stórri pönnu. Bæta við kúmenfræjum. Leyfðu þeim að steikjast í 15 sekúndur.
- Bætið við afganginum af lauknum, engifermaukinu og hvítlauksmaukinu. Steikið þessa blöndu við meðalhita þar til laukurinn verður gullinn.
- Bætið afgangnum tómötum saman við ásamt lárviðarlaufinu, sykri, chilidufti, saffran og garbanzo tómatmauki. Steikið þessa blöndu við meðalhita í 2-3 mínútur.
- Bætið kjúklingabaunum sem eftir eru saman við vatnið sem eftir er. Eldið við vægan hita í 8-10 mínútur. Skildi það til hliðar.

- Hitið ghee á lítilli pönnu. Bætið við grænum chilli, kanildufti og negul. Leyfðu þeim að steikjast í 30 sekúndur. Hellið þessari blöndu yfir kjúklingabaunirnar. Blandið vel saman. Stráið sítrónusafanum og afganginum af kóríanderlaufinu yfir chhole. Berið fram heitt.

Eggaldin karrý með lauk og kartöflu

fyrir 4 manns

Hráefni

3 matskeiðar hreinsuð jurtaolía

2 stórir laukar, smátt saxaðir

1 tsk engifermauk

1 teskeið af hvítlauksmauki

1 tsk malað kóríander

1 tsk malað kúmen

1 tsk chili duft

¼ tsk túrmerik

120ml/4fl oz af vatni

Salt eftir smekk

250g/9oz lítil eggaldin

250 g / 9 oz barnakartöflur, helmingaðar

50g/1¾oz kóríanderlauf, smátt skorin

Aðferð

- Hitið olíuna á pönnu. Bætið laukunum út í. Steikið þar til þær verða hálfgagnsærar.
- Bætið afganginum út í, nema kóríanderlaufunum. Blandið vel saman. Eldið við lágan hita í 15 mínútur.
- Skreytið með kóríanderlaufum. Berið fram heitt.

einfalt grasker

fyrir 4 manns

Hráefni

½ matskeið af ghee

1 tsk kúmenfræ

2 grænar paprikur skornar langsum

750g / 1lb 10oz graskál*, Saxað

Salt eftir smekk

120 ml af mjólk

1 skeið af rifnum kókos

10g/¼oz kóríanderlauf, smátt skorin

Aðferð

- Hitið ghee á pönnu. Bætið við kúmenfræjum og grænum chilli. Leyfðu þeim að steikjast í 15 sekúndur.
- Bætið við grasker, salti og mjólk. Eldið við vægan hita í 10-12 mínútur.
- Bætið restinni við hráefninu. Blandið vel saman. Berið fram heitt.

Blandað grænmetiskarrí

fyrir 4 manns

Hráefni

3 matskeiðar hreinsuð jurtaolía

1 tsk kúmenfræ

1 tsk malað kóríander

½ tsk malað kúmen

1 tsk chili duft

¼ tsk túrmerik

½ teskeið af sykri

1 gulrót skorin í strimla

1 stór kartöflu, skorin í teninga

200g/7oz saxaðar grænar baunir

50g/1¾oz blómkálsblóm

Salt eftir smekk

200g/7oz tómatmauk

120ml/4fl oz af vatni

10g/¼oz kóríanderlauf, smátt skorin

Aðferð

- Hitið olíuna á pönnu. Bætið við kúmenfræjum, möluðu kóríander og möluðu kúmeni. Leyfðu þeim að steikjast í 15 sekúndur.
- Bætið afganginum út í, nema kóríanderlaufunum. Blandið vel saman. Eldið við lágan hita í 15 mínútur.
- Skreytið karrýið með kóríanderlaufum. Berið fram heitt.

Þurrkað blandað grænmeti

fyrir 4 manns

Hráefni

3 matskeiðar hreinsuð jurtaolía

1 tsk kúmenfræ

1 tsk malað kóríander

½ tsk malað kúmen

¼ tsk túrmerik

1 gulrót skorin í julienne strimla

1 stór kartöflu, skorin í teninga

200g/7oz saxaðar grænar baunir

60g/2oz blómkálsblóm

Salt eftir smekk

120ml/4fl oz af vatni

¼ oz/10g söxuð kóríanderlauf

Aðferð

- Hitið olíuna á pönnu. Bæta við kúmenfræjum. Leyfðu þeim að steikjast í 15 sekúndur.
- Bætið afganginum út í, nema kóríanderlaufunum. Blandið vel saman og eldið í 15 mínútur við lágan hita.
- Skreytið með kóríanderlaufum og berið fram heitt.

þurrkaðar kartöflur og baunir

fyrir 4 manns

Hráefni

3 matskeiðar hreinsuð jurtaolía

1 tsk kúmenfræ

½ teskeið af saffran

1 teskeið af garam masala

2 stórar kartöflur, soðnar og skornar í teninga

400g/14oz soðnar baunir

Salt eftir smekk

Aðferð

- Hitið olíuna á pönnu. Bætið við kúmeni og túrmerikfræjum. Leyfðu þeim að steikjast í 15 sekúndur.
- Bætið restinni við hráefninu. Steikið við meðalhita í 5 mínútur. Berið fram heitt.

Dhokar Dhalna

(Bengal gram karrý)

fyrir 4 manns

Hráefni

300 g / 10 oz chana dhal*, lagt í bleyti yfir nótt

2 skeiðar af sinnepsolíu

1 tsk kúmenfræ

Salt eftir smekk

5 cm / 2 tommur af kanil

4 grænir kardimommubelgir

6 tennur

½ teskeið af saffran

½ teskeið af sykri

250ml/8fl oz af vatni

3 stórar kartöflur skornar í teninga og steiktar

Aðferð

- Mala chana dhal með nægu vatni til að mynda slétt deig. Skildi það til hliðar.
- Hitið helminginn af olíunni á pönnu. Bætið helmingnum af kúmenfræjunum út í. Leyfðu þeim að steikjast í 15 sekúndur. Bæta við dhal paste og salti. Steikið í 2-3 mínútur. Tæmið og dreifið á stóran disk og látið hvíla. Skerið í 2,5 cm/1 tommu bita. Skildi það til hliðar.
- Steikið þessa dhal stykki í olíunni sem eftir er þar til þau eru gullinbrún. Skildi það til hliðar.
- Bætið hinum hráefnunum í sömu olíuna, nema kartöflunum. Eldið í 2 mínútur. Bætið við kartöflum og dhal bitum. Blandið vel saman. Eldið við vægan hita í 4-5 mínútur. Berið fram heitt.

Kryddaðar kartöflur

fyrir 4 manns

Hráefni

250ml/8fl oz hreinsuð jurtaolía

3 stórar kartöflur skornar í þunnar strimla

½ tsk chili duft

1 tsk nýmalaður svartur pipar

Salt eftir smekk

Aðferð

- Hitið olíuna á pönnu. Bætið við kartöflustrimunum. Steikið þær við meðalhita þar til þær eru gullnar.
- Tæmið og blandið vel saman við hitt hráefnið. Berið fram heitt.

Eldað grasker með grasi

fyrir 4 manns

Hráefni

1 matskeið hreinsuð jurtaolía

1 tsk kúmenfræ

½ teskeið af saffran

500 g / 1 lb 2 oz grasker, skorið í bita

125g / 4½oz kaala chana*, Eldað

1 tsk malað kóríander

1 tsk malað kúmen

1 tsk chili duft

Salt eftir smekk

120ml/4fl oz af vatni

10g/¼oz kóríanderlauf, smátt skorin

Aðferð

- Hitið olíuna á pönnu. Bætið við kúmeni og túrmerikfræjum. Leyfðu þeim að steikjast í 15 sekúndur.
- Bætið restinni af hráefnunum saman við nema vatni og kóríanderlaufum. Steikið blönduna við meðalhita í 2-3 mínútur.
- Bætið vatninu við. Blandið vel saman. Lokið með loki og eldið í 15 mínútur, hrærið af og til.
- Skreytið með kóríanderlaufum. Berið fram heitt.

Dum Aloo

(kartöflur soðnar við lágan hita)

fyrir 4 manns

Hráefni

1 matskeið hreinsuð jurtaolía

500 g / 1 lb 2 oz barnakartöflur, soðnar og afhýddar

Salt eftir smekk

1 tsk tamarindmauk

Fyrir messu:

½ tsk chili duft

¼ tsk túrmerik

¼ tsk svartur pipar

2 teskeiðar af kóríanderfræjum

1 svört kardimommur

2,5 cm / 1 tommu skaft

2 tennur

6 hvítlauksrif

Aðferð

- Myldu hráefnin í deigið saman. Hitið olíuna á pönnu. Bættu við möppunni. Steikið við meðalhita í 10 mínútur.
- Bætið restinni við hráefninu. Blandið vel saman. Eldið í 8 mínútur. Berið fram heitt.

grænmeti makhanwala

(Grænmeti í smjöri)

fyrir 4 manns

Hráefni

120ml / 4fl oz fljótandi rjómi

½ teskeið af venjulegu hvítu hveiti

120 ml af mjólk

4 matskeiðar af tómatsósu

1 matskeið af smjöri

2 stórir laukar, smátt saxaðir

500g/1lb 2oz blandað frosið grænmeti

1 teskeið af garam masala

½ tsk chili duft

Salt eftir smekk

Aðferð

- Blandið saman rjóma, hveiti, mjólk og tómatsósu. Skildi það til hliðar.
- Hitið smjörið á pönnu. Bætið lauknum út í. Steikið þær við meðalhita þar til þær verða hálfgagnsærar.
- Bætið grænmetinu, garam masala, chilidufti, salti og rjóma og hveitiblöndunni út í. Blandið vel saman. Eldið við vægan hita í 10-12 mínútur. Berið fram heitt.

Franskar baunir með Mung Dhal

fyrir 4 manns

Hráefni

1 matskeið hreinsuð jurtaolía

1 tsk sinnepsfræ

¼ tsk túrmerik

2 grænar paprikur skornar langsum

400 g/14 oz franskar baunir, saxaðar

3 matskeiðar af mung dhal*, lögð í bleyti í 30 mínútur og tæmd

Salt eftir smekk

120ml/4fl oz af vatni

2 matskeiðar söxuð kóríanderlauf

Aðferð

- Hitið olíuna á pönnu. Bætið sinnepsfræjum, túrmerik og grænum chili saman við. Leyfðu þeim að steikjast í 15 sekúndur.
- Bætið restinni af hráefnunum saman við nema vatni og kóríanderlaufum. Blandið vel saman. Bætið vatninu við. Eldið við lágan hita í 15 mínútur.
- Bætið kóríanderlaufum út í og berið fram heitt.

Krydduð kartöflu með jógúrtsósu

fyrir 4 manns

Hráefni

1 teskeið af besan*, blandað saman við 4 matskeiðar af vatni

200g/7oz jógúrt

750 g / 1 lb 10 oz kartöflur, soðnar og skornar í teninga

½ tsk chaat masala*

½ tsk malað kúmen, þurrristað

½ tsk chili duft

¼ tsk túrmerik

1 matskeið hreinsuð jurtaolía

1 tsk af hvítum sesamfræjum

2 þurrkaðar rauðar paprikur, skornar í fernt

Salt eftir smekk

10g/¼oz kóríanderlauf, smátt skorin

Aðferð

- Blandið besanmaukinu saman við jógúrtina. Skildi það til hliðar.
- Blandið kartöflunum saman við chaat masala, malaða kúmen, chiliduft og túrmerik. Skildi það til hliðar.
- Hitið olíuna á pönnu. Bætið sesamfræjunum og piparbitunum saman við. Leyfðu þeim að steikjast í 15 sekúndur.
- Bætið við kartöflum, jógúrtblöndu og salti. Blandið vel saman. Eldið við vægan hita í 4-5 mínútur. Skreytið með kóríanderlaufum. Berið fram heitt.

fylltur grænn pipar

fyrir 4 manns

Hráefni

4 matskeiðar hreinsuð jurtaolía

1 stór laukur, saxaður

½ tsk engifermauk

½ tsk hvítlauksmauk

1 teskeið af garam masala

2 stórar kartöflur, soðnar og stappaðar

50g/1¾oz soðnar baunir

1 lítil gulrót, soðin og saxuð

klípa af asafoetida

Salt eftir smekk

8 litlar grænar paprikur, fræhreinsaðar

Aðferð

- Hitið ½ matskeið af olíu á pönnu. Bætið lauknum út í og steikið þar til hann er gegnsær.
- Bætið restinni af hráefninu út í, nema piparinn. Blandið vel saman. Steikið í 3-4 mínútur.
- Fylltu paprikuna með þessari blöndu. Skildi það til hliðar.
- Hitið olíuna sem eftir er á pönnu. Bætið fylltu paprikunni út í. Steikið þær við lágan hita í 7 til 10 mínútur, snúið öðru hverju. Berið fram heitt.

Doi Phulkopi Aloo

(Blómkál í bengalskum stíl og kartöflur í jógúrt)

fyrir 4 manns

Hráefni

300g/10oz jógúrt

¼ tsk túrmerik

1 tsk af sykri

Salt eftir smekk

200g/7oz blómkálsblóm

4 kartöflur skornar í teninga og léttsteiktar

2 skeiðar af sinnepsolíu

5 cm / 2 tommur af kanil

4 grænir kardimommubelgir

6 tennur

2 lárviðarlauf

Aðferð

- Blandið saman jógúrt, saffran, sykri og salti. Marinerið blómkálið og kartöflurnar með þessari blöndu í 20 mínútur.
- Hitið olíuna á pönnu. Steikið restina af hráefninu í 1-2 mínútur.
- Bætið marineruðu grænmetinu út í. Eldið við vægan hita í 6-7 mínútur. Berið fram heitt.

Grænt chili með Besan

fyrir 4 manns

Hráefni

4 matskeiðar hreinsuð jurtaolía

½ tsk sinnepsfræ

500 g / 1 lb 2 oz grænn pipar, kjarnhreinsaður og saxaður

½ teskeið af saffran

½ tsk malað kóríander

½ tsk malað kúmen

500g / 1lb 2oz koss*, blandað saman við 120ml/4fl oz af vatni

1 tsk af sykri

Salt eftir smekk

1 msk kóríanderlauf

Aðferð

- Hitið olíuna á pönnu. Bæta við sinnepsfræjum. Leyfðu þeim að steikjast í 15 sekúndur.
- Bætið við grænum chilli, túrmerik, möluðu kóríander og möluðu kúmeni. Hristið vel. Lokið með loki og eldið í 5-7 mínútur.

- Bætið besan, sykri og salti út í. Hrærið þar til kossinn hjúpar paprikuna. Skreytið með kóríanderlaufum. Berið fram heitt.

eggaldin með ertum

fyrir 4 manns

Hráefni

2 matskeiðar hreinsuð jurtaolía

½ tsk sinnepsfræ

klípa af asafoetida

½ teskeið af saffran

2 stórir laukar, smátt saxaðir

2 tómatar, smátt saxaðir

1 tsk af sykri

Salt eftir smekk

120ml/4fl oz af vatni

300 g / 10 oz lítil eggaldin, saxuð

400 g / 14 oz ferskar baunir

25g/lítil 1oz kóríanderlauf

Aðferð

- Hitið olíuna á pönnu. Bæta við sinnepsfræjum, asafoetida og túrmerik. Leyfðu þeim að steikjast í 15 sekúndur.
- Bætið laukunum út í. Steikið þar til það er gullið. Bætið tómötunum, sykri, salti, vatni, eggaldininu og baunum saman við. Blandið vel saman. Lokið með loki. Eldið við lágan hita í 10 mínútur.
- Skreytið með kóríanderlaufum. Berið fram heitt.

Bandakopir Ghonto

(Bengalskt hvítkál með ertum)

fyrir 4 manns

Hráefni

2 skeiðar af sinnepsolíu

1 tsk kúmenfræ

4 saxaðar grænar paprikur

½ teskeið af saffran

1 tsk af sykri

150 g/5 ½ oz hvítkál, þunnt sneið

400g/14oz frosnar baunir

Salt eftir smekk

¼ teskeið af kanildufti

¼ tsk möluð kardimommur

¼ teskeið af möluðum negul

Aðferð

- Hitið olíuna á pönnu. Bætið við kúmenfræjum og grænum chilli. Leyfðu þeim að steikjast í 15 sekúndur.
- Bætið við saffran, sykri, hvítkáli, ertum og salti. Blandið vel saman. Lokið með loki og látið sjóða við vægan hita í 8-10 mínútur.
- Skreytið með möluðum kanil, kardimommum og negul. Berið fram heitt.

Murgh Bagan-e-Bahar

(grilluð kjúklingalæri)

fyrir 4 manns

Hráefni

Salt eftir smekk

1½ tsk engifermauk

1½ tsk hvítlauksmauk

1 teskeið af garam masala

8 kjúklingalæri

1 oz/30g myntulauf, smátt skorin

2 matskeiðar þurrkuð granateplafræ

50g/1¾oz jógúrt

1 tsk malaður svartur pipar

1 sítrónusafi

Masala Chaat*að prófa

Aðferð

- Blandið saman salti, engifermauki, hvítlauksmauki og garam masala. Skerið í lærin og látið marinerast með þessari blöndu í 1 klst.

- Malið restina af hráefninu nema chaat masala.

- Blandið möluðu blöndunni saman við kjúklinginn og látið standa í 4 klst.

- Grillið kjúklinginn í 30 mínútur. Stráið chaat masala yfir. Að taka þátt.

smjörkjúklingur

fyrir 4 manns

Hráefni

1 kg/2¼lb kjúklingur, skorinn í 12 bita

Salt eftir smekk

1 teskeið af saffran

1 sítrónusafi

4 matskeiðar af smjöri

3 stórir laukar, smátt saxaðir

1 tsk engifermauk

1 teskeið af hvítlauksmauki

1 matskeið malað kóríander

4 stórir tómatar, maukaðir

125g/4 ½oz jógúrt

Aðferð

- Marinerið kjúklinginn með salti, saffran og sítrónusafa í eina klukkustund.
- Hitið smjörið á pönnu. Bætið lauknum út í og steikið þar til hann er hálfgagnsær.
- Bætið við engifermauki, hvítlauksmauki og möluðu kóríander. Steikið við meðalhita í 5 mínútur.
- Bætið marineruðum kjúklingnum út í. Steikið í 5 mínútur. Bætið tómatmaukinu og jógúrtinni út í. Lokið með loki og eldið við vægan hita í 35 mínútur. Berið fram heitt.

sukha kjúklingur

(þurrkaður kjúklingur)

fyrir 4 manns

Hráefni

2 matskeiðar hreinsuð jurtaolía

4 stórir laukar, smátt saxaðir

1 kg/2¼lb kjúklingur, skorinn í 12 bita

4 tómatar, smátt saxaðir

1 teskeið af saffran

2 grænar paprikur, sneiddar

8 hvítlauksrif, mulin

5 cm/2 tommur engiferrót, rifin

2 matskeiðar af garam masala

2 teningur af kjúklingasoði

Salt eftir smekk

50g/1¾oz kóríanderlauf, saxað

Aðferð

- Hitið olíuna á pönnu. Steikið laukinn við meðalhita þar til hann er gullinn. Bætið afganginum út í, nema kóríanderlaufunum.
- Blandið vel saman og eldið við lágan hita í 40 mínútur, hrærið af og til.
- Skreytið með kóríanderlaufum. Berið fram heitt.

indverskur steiktur kjúklingur

fyrir 4 manns

Hráefni

1 kg af kjúklingi

1 matskeið sítrónusafi

Salt eftir smekk

2 stórir laukar

2,5 cm/1 tommu engiferrót

4 hvítlauksrif

3 tennur

3 grænir kardimommubelgir

5 cm / 2 tommur af kanil

4 matskeiðar hreinsuð jurtaolía

200g/7oz brauðrasp

2 söxuð epli

4 saxuð soðin egg

Aðferð

- Marinerið kjúklinginn með sítrónusafa og salti í 1 klst.
- Myljið lauk, engifer, hvítlauk, negull, kardimommur og kanil með nægu vatni til að mynda slétt deig.
- Hitið olíuna á pönnu. Bætið núðlunum út í og steikið við vægan hita í 7 mínútur. Bætið brauðmylsnu, eplum og salti saman við. Eldið í 3-4 mínútur.
- Fylltu kjúklinginn með þessari blöndu og bakaðu í ofni við 230°C (450°F, gasmerki 8) í 40 mínútur. Skreytið með eggjum. Berið fram heitt.

kryddleg blanda

fyrir 4 manns

Hráefni

3 matskeiðar hreinsuð jurtaolía

750 g / 1 lb 10 oz kjúklingapylsa, sneið

4 grænar paprikur, skornar í julienne strimla

1 tsk chili duft

2 tsk malað kúmen

10 fínsaxaðir hvítlauksgeirar

3 tómatar, skornir í fjórða

4 matskeiðar af köldu vatni

½ tsk nýmalaður pipar

Salt eftir smekk

4 egg, létt þeytt

Aðferð

- Hitið olíuna á pönnu. Bætið pylsunum út í og steikið við meðalhita þar til þær eru gullnar. Bætið við öllu hráefninu sem eftir er nema eggjum. Blandið vel saman. Eldið við vægan hita í 8-10 mínútur.

- Bætið eggjunum varlega út í og hrærið þar til eggin hafa stífnað. Berið fram heitt.

Kjúklingakarrí með þurrkókos

fyrir 4 manns

Hráefni

1 kg/2¼lb kjúklingur, skorinn í 12 bita

Salt eftir smekk

safi úr hálfri sítrónu

1 stór laukur, sneiddur

4 skeiðar af rifnum kókoshnetu

1 teskeið af saffran

8 hvítlauksrif

2,5 cm/1 tommu engiferrót

½ tsk fennel fræ

1 teskeið af garam masala

1 tsk af valmúafræjum

4 matskeiðar hreinsuð jurtaolía

500ml/16fl oz af vatni

Aðferð

- Marinerið kjúklinginn með salti og sítrónusafa í 30 mínútur.
- Bakið laukinn og kókos í 5 mínútur.
- Blandið saman við allt sem eftir er nema olíu og vatni. Blandið saman við nóg af vatni til að mynda slétt deig.
- Hitið olíuna á pönnu. Bætið núðlunum út í og steikið við vægan hita í 7-8 mínútur. Bætið kjúklingnum og vatni saman við. Eldið við lágan hita í 40 mínútur. Berið fram heitt.

einfaldur kjúklingur

fyrir 4 manns

Hráefni

1 kg / 2¼ lb kjúklingur, skorinn í 8 bita

Salt eftir smekk

1 tsk chili duft

½ teskeið af saffran

3 matskeiðar hreinsuð jurtaolía

2 stórir laukar, þunnar sneiðar

1 tsk engifermauk

1 teskeið af hvítlauksmauki

4-5 heilar rauðar paprikur, fræhreinsaðar

4 litlir tómatar, smátt saxaðir

1 matskeið af garam masala

250ml/8fl oz af vatni

Aðferð

- Marinerið kjúklinginn með salti, chilidufti og túrmerik í 1 klst.
- Hitið olíuna á pönnu. Bætið lauknum út í og steikið við meðalhita þar til hann er gullinn. Bætið við engifermauki og hvítlauksmauki. Steikið í 1 mínútu.
- Bætið marineruðum kjúklingnum og hinu hráefninu út í. Blandið vel saman. Lokið með loki og eldið við vægan hita í 40 mínútur. Berið fram heitt.

suðrænt kjúklingakarrí

fyrir 4 manns

Hráefni

1 tsk engifermauk

1 teskeið af hvítlauksmauki

2 smátt saxaðar grænar paprikur

1 teskeið af sítrónusafa

Salt eftir smekk

1 kg / 2¼ lb kjúklingur, skorinn í 10 bita

3 matskeiðar hreinsuð jurtaolía

2,5 cm / 1 tommu skaft

3 grænir kardimommubelgir

3 tennur

1 stjörnu anís

2 lárviðarlauf

3 stórir laukar, smátt saxaðir

½ tsk chili duft

½ teskeið af saffran

1 matskeið malað kóríander

250ml/8fl oz kókosmjólk

Fyrir kryddið:

½ tsk sinnepsfræ

8 karríblöð

3 heilar þurrkaðar rauðar paprikur

Aðferð

- Blandið saman engifermauki, hvítlauksmauki, grænum chilli, sítrónusafa og salti. Marinerið kjúklinginn með þessari blöndu í 30 mínútur.

- Hitið helminginn af olíunni á pönnu. Bætið við kanil, kardimommum, negul, stjörnuanís og lárviðarlaufum. Leyfðu þeim að steikjast í 30 sekúndur.

- Bætið lauknum út í og steikið við meðalhita þar til hann er gullinn.

- Bætið marineruðum kjúklingnum, chiliduftinu, túrmerikinu og möluðu kóríander út í. Blandið vel saman og hyljið með loki. Eldið við lágan hita í 20 mínútur.

- Bætið kókosmjólkinni út í. Blandið vel saman og eldið í 10 mínútur í viðbót, hrærið stöðugt í. Skildi það til hliðar.

- Hitið olíuna sem eftir er á lítilli pönnu. Bætið hráefninu í kryddið. Leyfðu þeim að steikjast í 30 sekúndur.

- Hellið þessu kryddi í kjúklingakarrýið. Blandið vel saman og berið fram heitt.

Kjúklingapottréttur í kókosmjólk

fyrir 4 manns

Hráefni

2 matskeiðar hreinsuð jurtaolía

2 laukar skornir í 8 bita hvor

1 tsk engifermauk

1 teskeið af hvítlauksmauki

3 grænar paprikur skornar langsum

2 matskeiðar af garam masala

8 kjúklingalæri

750ml / 1¼ lítra kókosmjólk

200 g/7 oz frosið grænmeti

Salt eftir smekk

2 teskeiðar af hrísgrjónamjöli, leyst upp í 120 ml af vatni

Aðferð

- Hitið olíuna á pönnu. Bætið við lauk, engifermauki, hvítlauksmauki, grænum chilli og garam masala. Steikið í 5 mínútur, hrærið stöðugt í.

- Bætið stöngunum og kókosmjólkinni út í. Blandið vel saman. Eldið við lágan hita í 20 mínútur.

- Bætið grænmetinu og salti saman við. Blandið vel saman og eldið í 15 mínútur.

- Bætið hrísgrjónamjölsblöndunni út í. Eldið í 5-10 mínútur og berið fram heitt.

Chandi Tikka

(Steiktir kjúklingabitar húðaðir með haframjöli)

fyrir 4 manns

Hráefni

1 matskeið sítrónusafi

1 tsk engifermauk

1 teskeið af hvítlauksmauki

75 g cheddar ostur

200g/7oz jógúrt

¾ tsk malaður hvítur pipar

1 tsk svört kúmenfræ

Salt eftir smekk

4 kjúklingabringur

1 hrært egg

45g / 1½oz hafrar

Aðferð

- Blandið öllu hráefninu nema kjúklingabringum, eggi og höfrum saman. Marinerið kjúklinginn með þessari blöndu í 3-4 klst.

- Dýfðu marineruðu kjúklingabringunum í eggið, hyljið með höfrunum og grillið í klukkutíma og snúið öðru hverju. Berið fram heitt.

Tandoori kjúklingur

fyrir 4 manns

Hráefni

1 matskeið sítrónusafi

2 tsk engifermauk

2 teskeiðar af hvítlauksmauki

2 fínt rifnar grænar paprikur

1 matskeið af möluðum kóríanderlaufum

1 tsk chili duft

1 matskeið af garam masala

1 matskeið malað hrár papaya

½ tsk appelsínugulur matarlitur

1½ matskeiðar hreinsuð jurtaolía

Salt eftir smekk

1 kg heill kjúklingur

Aðferð

- Blandið öllu saman nema kjúklingnum. Skerið skurð í kjúklinginn og látið marinerast með þessari blöndu í 6-8 klst.

- Bakið kjúklinginn í ofni við 200°C (400°F, gasmerki 6) í 40 mínútur. Berið fram heitt.

Murgh Lajawab

(Kjúklingur eldaður með ríkulegu indversku kryddi)

fyrir 4 manns

Hráefni

1 kg / 2¼ lb kjúklingur, skorinn í 8 bita 1 tsk engifermauk

1 teskeið af hvítlauksmauki

4 matskeiðar af ghee

2 tsk valmúafræ, maluð

1 tsk melónufræ*, hæð

6 möndlur

3 grænir kardimommubelgir

¼ tsk malaður múskat

1 teskeið af garam masala

2 stykki af epli

Salt eftir smekk

750ml / 1¼ lítri af mjólk

6 saffranþræðir

Aðferð

- Marinerið kjúklinginn með engifermauki og hvítlauksmauki í klukkutíma.
- Hitið ghee á pönnu og steikið marineraða kjúklinginn í 10 mínútur við meðalhita.
- Bætið við öllu hráefninu sem eftir er nema mjólk og saffran. Blandið vel saman, hyljið með loki og eldið í 20 mínútur.
- Bætið við mjólk og saffran og eldið í 10 mínútur. Berið fram heitt.

Lahori kjúklingur

(kjúklingur í norðvesturmörkum)

fyrir 4 manns

Hráefni

50g/1¾oz jógúrt

1 tsk engifermauk

1 teskeið af hvítlauksmauki

1 tsk chili duft

½ teskeið af saffran

1 kg/2¼lb kjúklingur, skorinn í 12 bita

4 matskeiðar hreinsuð jurtaolía

2 stórir laukar, smátt saxaðir

1 tsk sesamfræ, möluð

1 tsk valmúafræ, maluð

10 malaðar kasjúhnetur

2 stórar grænar paprikur, fræhreinsaðar og smátt saxaðar

500ml/16fl oz kókosmjólk

Salt eftir smekk

Aðferð

- Blandið saman jógúrt, engifermauki, hvítlauksmauki, chilidufti og túrmerik. Marinerið kjúklinginn með þessari blöndu í 1 klst.

- Hitið olíuna á pönnu. Steikið laukinn við vægan hita þar til hann er gullinn.

- Bætið marineruðum kjúklingnum út í. Steikið í 7-8 mínútur. Bætið öllu hráefninu sem eftir er út í og eldið í 30 mínútur, hrærið af og til. Berið fram heitt.

kjúklingalifur

fyrir 4 manns

Hráefni

3 matskeiðar hreinsuð jurtaolía

2 stórir laukar, þunnar sneiðar

5 hvítlauksgeirar, saxaðir

8 kjúklingalifur

1 tsk malaður svartur pipar

1 teskeið af sítrónusafa

Salt eftir smekk

Aðferð

- Hitið olíuna á pönnu. Bætið lauknum og hvítlauknum út í. Steikið við meðalhita í 3-4 mínútur.

- Bætið við öllu hráefninu sem eftir er. Steikið í 15-20 mínútur, hrærið af og til. Berið fram heitt.

balti kjúklingur

fyrir 4 manns

Hráefni

4 matskeiðar af ghee

1 teskeið af saffran

1 matskeið sinnepsfræ

1 matskeið kúmenfræ

8 fínsaxaðir hvítlauksgeirar

2,5 cm/1 tommu engiferrót, smátt skorin

3 litlir laukar, smátt saxaðir

7 grænar paprikur

750 g / 1 pund 10 oz kjúklingabringur, saxaðar

1 matskeið malað kóríander

1 skeið af rjóma

1 teskeið af garam masala

Salt eftir smekk

Aðferð

- Hitið ghee á pönnu. Bætið við túrmerik, sinnepsfræjum og kúmenfræjum. Leyfðu þeim að steikjast í 30 sekúndur. Bætið hvítlauk, engifer, lauk og grænum chilli út í og steikið við meðalhita í 2-3 mínútur.

- Bætið við öllu hráefninu sem eftir er. Eldið við lágan hita í 30 mínútur, hrærið af og til. Berið fram heitt.

Kryddaður kjúklingur

fyrir 4 manns

Hráefni

8 kjúklingalæri

2 tsk græn piparsósa

2 matskeiðar hreinsuð jurtaolía

2 stórir laukar, þunnar sneiðar

10 fínsaxaðir hvítlauksgeirar

Salt eftir smekk

klípa af sykri

2 teskeiðar af maltediki

Aðferð

- Marinerið kjúklinginn með piparsósu í 30 mínútur.
- Hitið olíuna á pönnu. Bætið lauknum út í og steikið við meðalhita þar til hann er hálfgagnsær.
- Bætið hvítlauknum, marineruðum kjúklingnum og salti út í. Blandið vel saman og eldið við lágan hita í 30 mínútur, hrærið af og til.
- Bætið við sykri og ediki. Blandið vel saman og berið fram heitt.

Dilruba kjúklingur

(Kjúklingur í ríkri sósu)

fyrir 4 manns

Hráefni

5 matskeiðar hreinsuð jurtaolía

20 malaðar möndlur

20 malaðar kasjúhnetur

2 litlir laukar, saxaðir

5 cm/2 tommur engiferrót, rifin

1 kg / 2¼ lb kjúklingur, skorinn í 8 bita

200g/7oz jógúrt

240ml/6fl oz mjólk

1 teskeið af garam masala

½ teskeið af saffran

1 tsk chili duft

Salt eftir smekk

1 klípa af saffran í bleyti í 1 matskeið af mjólk

2 matskeiðar söxuð kóríanderlauf

Aðferð

- Hitið olíuna á pönnu. Bætið við möndlunum, kasjúhnetunum, lauknum og engiferinu. Steikið við meðalhita í 3 mínútur.

- Bætið kjúklingnum og jógúrtinni út í. Blandið vel saman og eldið við meðalhita í 20 mínútur.

- Bætið við mjólk, garam masala, túrmerik, chilidufti og salti. Blandið vel saman. Lokið með loki og eldið í 20 mínútur.

- Skreytið með saffran og kóríanderlaufum. Berið fram heitt.

steiktir kjúklingavængir

fyrir 4 manns

Hráefni

¼ tsk túrmerik

1 teskeið af garam masala

1 skeið af chaat masala*

Salt eftir smekk

1 hrært egg

Hreinsuð jurtaolía til steikingar

12 kjúklingavængir

Aðferð

- Blandið saman túrmerik, garam masala, chaat masala, salti og eggi til að fá slétt deig.
- Hitið olíuna á pönnu. Dýfið kjúklingavængjunum í deigið og steikið við meðalhita þar til þeir eru gullinbrúnir.
- Látið renna af á ísogandi pappír og berið fram heitt.

murgh moussalam

(fylltur kjúklingur)

fyrir 6

Hráefni

2 matskeiðar af ghee

2 stórir laukar, rifnir

4 svartir kardimommubelgir, malaðir

1 tsk af valmúafræjum

50g / 1¾oz rifin kókos

1 teskeið af epli

1 kg af kjúklingi

4-5 matskeiðar af besan*

2-3 lárviðarlauf

6-7 grænir kardimommubelgir

3 teskeiðar af hvítlauksmauki

200g/7oz jógúrt

Salt eftir smekk

Aðferð

- Hitið ½ msk ghee á pönnu. Bætið lauknum út í og steikið þar til hann er gullinn.
- Bætið kardimommum, valmúafræjum, kókos og mace saman við. Steikið í 3 mínútur.
- Fylltu kjúklinginn með þessari blöndu og saumið upp opið. Skildi það til hliðar.
- Hitið afganginn af ghee á pönnu. Bætið við öllu hráefninu sem eftir er og kjúklingnum. Eldið við lágan hita í 1 og hálfa klukkustund, hrærið af og til. Berið fram heitt.

Kjúklingagleði

fyrir 4 manns

Hráefni

4 matskeiðar hreinsuð jurtaolía

5 cm af kanilldufti

1 matskeið kardimommuduft

8 malaður negull

½ tsk rifinn múskat

2 stórir laukar, saxaðir

10 hvítlauksrif, mulin

2,5 cm/1 tommu engiferrót, rifin

Salt eftir smekk

1 kg / 2¼ lb kjúklingur, skorinn í 8 bita

200g/7oz jógúrt

300g/10oz tómatmauk

Aðferð

- Hitið olíuna á pönnu. Bætið við kanil, kardimommum, negul, múskat, lauk, hvítlauk og engifer. Steikið við meðalhita í 5 mínútur.

- Bætið salti, kjúklingi, jógúrt og tómatpúrru út í. Blandið vel saman og eldið við vægan hita í 40 mínútur, hrærið stöðugt í. Berið fram heitt.

kjúklingasali

(Kjúklingur og franskar)

fyrir 4 manns

Hráefni

Salt eftir smekk

1 tsk engifermauk

1 teskeið af hvítlauksmauki

1 kg af hakkaðri kjúkling

3 matskeiðar hreinsuð jurtaolía

2 stórir laukar, smátt saxaðir

1 tsk af sykri

4 tómatar, maukaðir

1 teskeið af saffran

250 g/9 oz venjulegir saltaðir kartöfluflögur

Aðferð

- Blandið saman salti, engifermauki og hvítlauksmauki. Marinerið kjúklinginn með þessari blöndu í 1 klst. Skildi það til hliðar.

- Hitið olíuna á pönnu. Steikið laukinn við vægan hita þar til hann er gullinn.

- Bætið marineruðum kjúklingnum og sykri, tómatpúrru og saffran út í. Lokið með loki og látið sjóða við vægan hita í 40 mínútur, hrærið stöðugt í.

- Stráið frönskunum ofan á og berið fram heitt.

steikt kjúklingur tikka

fyrir 4 manns

Hráefni

1 kg / 2¼ lb beinlaus kjúklingur, saxaður

1 lítri / 1¾ pints af mjólk

1 teskeið af saffran

8 grænir kardimommubelgir

5 tennur

2,5 cm / 1 tommu skaft

2 lárviðarlauf

250g/9oz basmati hrísgrjón

4 teskeiðar af fennelfræjum

Salt eftir smekk

150g / 5½oz jógúrt

Hreinsuð jurtaolía til steikingar

Aðferð

- Blandið kjúklingnum saman við mjólk, saffran, kardimommur, negul, kanil og lárviðarlauf. Eldið á pönnu við vægan hita í 50 mínútur. Skildi það til hliðar.

- Myljið hrísgrjónin með fennelfræjunum, salti og nægu vatni til að mynda fínt deig. Bætið þessu deigi við jógúrtina og þeytið vel.

- Hitið olíuna á pönnu. Dýfið kjúklingabitunum í jógúrtblönduna og steikið við meðalhita þar til þeir eru gullinbrúnir. Berið fram heitt.

Er að leita að kjúklingi

fyrir 4 manns

Hráefni

500 g / 1 lb 2 oz hakkað kjúklingur

10 söxuð hvítlauksrif

5 cm/2 tommur engiferrót, söxuð

2 smátt saxaðar grænar paprikur

½ tsk svört kúmenfræ

Salt eftir smekk

Aðferð

- Blandið hakkinu saman við allt hráefnið og hnoðið þar til þú færð slétt deig. Skiptu þessari blöndu í 8 jafna hluta.
- Stingið í og eldið á grillinu í 10 mínútur.
- Berið fram heitt með myntu chutney

Nadan Kozhikari

(kjúklingur með fennel og kókosmjólk)

fyrir 4 manns

Hráefni

½ teskeið af saffran

2 tsk engifermauk

Salt eftir smekk

1 kg / 2¼ lb kjúklingur, skorinn í 8 bita

1 msk kóríanderfræ

3 rauðar paprikur

1 tsk af fennelfræjum

1 tsk sinnepsfræ

3 stórir laukar

3 matskeiðar hreinsuð jurtaolía

750ml / 1¼ lítra kókosmjólk

250ml/8fl oz af vatni

10 karríblöð

Aðferð

- Blandið saman túrmerik, engifermauki og salti í 1 klst. Marinerið kjúklinginn með þessari blöndu í 1 klst.

- Ristað kóríanderfræ, rauð paprika, fennelfræ og sinnepsfræ. Blandið saman við laukinn og malið þar til þú færð slétt deig.

- Hitið olíuna á pönnu. Bætið við laukmauki og steikið við vægan hita í 7 mínútur. Bætið marineruðum kjúklingnum, kókosmjólkinni og vatni út í. Eldið við lágan hita í 40 mínútur. Berið fram skreytt með karrýlaufum.

kjúklingur mömmu

fyrir 4 manns

Hráefni

3 matskeiðar hreinsuð jurtaolía

5 cm / 2 tommur af kanil

2 grænir kardimommubelgir

4 tennur

4 stórir laukar, smátt saxaðir

2,5 cm/1 tommu engiferrót, rifin

8 hvítlauksrif, mulin

3 stórir tómatar, smátt saxaðir

2 tsk malað kóríander

1 teskeið af saffran

Salt eftir smekk

1 kg/2¼lb kjúklingur, skorinn í 12 bita

500ml/16fl oz af vatni

Aðferð

- Hitið olíuna á pönnu. Bætið við kanil, kardimommum og negul. Leyfðu þeim að steikjast í 15 sekúndur.
- Bætið lauknum, engiferinu og hvítlauknum saman við. Steikið við meðalhita í 2 mínútur.
- Bætið restinni af hráefninu nema vatni út í. Steikið í 5 mínútur.
- Hellið vatninu. Blandið vel saman og eldið við vægan hita í 40 mínútur. Berið fram heitt.

Methi kjúklingur

(Kjúklingur eldaður með fenugreek laufum)

fyrir 4 manns

Hráefni

1 tsk engifermauk

2 teskeiðar af hvítlauksmauki

2 tsk malað kóríander

½ teskeið af möluðum negul

1 sítrónusafi

1 kg / 2¼ lb kjúklingur, skorinn í 8 bita

4 teskeiðar af smjöri

1 tsk þurrkað engiferduft

2 matskeiðar þurrkuð fennellauf

50g/1¾oz kóríanderlauf, saxað

¼ oz/10g myntulauf, smátt skorin

Salt eftir smekk

Aðferð

- Blandið saman engifermaukinu, hvítlauksmaukinu, möluðu kóríander, negull og helmingnum af sítrónusafanum. Marinerið kjúklinginn með þessari blöndu í 2 klst.
- Bakið í ofni við 200°C (400°F, gasmerki 6) í 50 mínútur. Skildi það til hliðar.
- Hitið smjörið á pönnu. Bætið steiktum kjúklingi saman við og öllu hráefninu sem eftir er. Blandið vel saman. Eldið í 5-6 mínútur og berið fram heitt.

Krydduð kjúklingalæri

fyrir 4 manns

Hráefni

8-10 kjúklingalæri, saxuð með gaffli

2 þeytt egg

100g/3½oz semúlína

Hreinsuð jurtaolía til steikingar

Fyrir kryddblönduna:

6 rauðar paprikur

6 hvítlauksrif

2,5 cm/1 tommu engiferrót

1 msk söxuð kóríanderlauf

6 tennur

15 svartur pipar

Salt eftir smekk

4 matskeiðar af maltediki

Aðferð

- Myljið hráefnin í kryddblönduna í slétt deig. Marinerið lærin með þessu deigi í eina klukkustund.
- Hitið olíuna á pönnu. Dýfðu bollunum í egg, dýfðu í semolina og steiktu við meðalhita þar til þau eru gullin. Berið fram heitt.

Dieter's Chicken Curry

fyrir 4 manns

Hráefni

1 tsk engifermauk

1 teskeið af hvítlauksmauki

200g/7oz jógúrt

1 tsk chili duft

½ teskeið af saffran

2 tómatar, smátt saxaðir

1 tsk malað kóríander

1 tsk malað kúmen

1 tsk þurrkuð fenugreek lauf, mulin

2 teskeiðar af garam masala

1 tsk mangó súrum gúrkum

Salt eftir smekk

750 g / 1 lb 10 oz hakkað kjúklingur

Aðferð

- Blandið öllu saman nema kjúklingnum. Marinerið kjúklinginn með þessari blöndu í 3 klst.
- Eldið blönduna í leirpotti eða potti við vægan hita í 40 mínútur. Bætið við vatni ef þarf. Berið fram heitt.

himneskur kjúklingur

fyrir 4 manns

Hráefni

4 matskeiðar hreinsuð jurtaolía

1 kg / 2¼ lb kjúklingur, skorinn í 8 bita

Salt eftir smekk

1 tsk pipar

1 teskeið af saffran

6 graslaukur, smátt saxaður

250ml/8fl oz af vatni

Fyrir kryddblönduna:

1½ tsk engifermauk

1½ tsk hvítlauksmauk

3 grænar paprikur, fræhreinsaðar og skornar í sneiðar

2 grænar paprikur

½ fersk kókos, rifin

2 tómatar, smátt saxaðir

Aðferð

- Myldu hráefnin í kryddblönduna í slétt deig.
- Hitið olíuna á pönnu. Bætið núðlunum út í og steikið við vægan hita í 7 mínútur. Bætið restinni af hráefninu nema vatni út í. Steikið í 5 mínútur. Bætið vatninu við. Blandið vel saman og eldið við vægan hita í 40 mínútur. Berið fram heitt.

Rizala kjúklingur

fyrir 4 manns

Hráefni

6 matskeiðar hreinsuð jurtaolía

2 stórir laukar skornir langsum

1 tsk engifermauk

1 teskeið af hvítlauksmauki

2 msk valmúafræ, maluð

1 matskeið malað kóríander

2 stórar grænar paprikur, niðurskornar

360ml/12fl oz af vatni

1 kg / 2¼ lb kjúklingur, skorinn í 8 bita

6 grænir kardimommubelgir

5 tennur

200g/7oz jógúrt

1 teskeið af garam masala

1 sítrónusafi

Salt eftir smekk

Aðferð

- Hitið olíuna á pönnu. Bætið við lauk, engifermauki, hvítlauksmauki, valmúafræjum og möluðum kóríander. Steikið við vægan hita í 2 mínútur.
- Bætið öllum hráefnunum sem eftir eru saman við og blandið vel saman. Lokið með loki og látið sjóða við vægan hita í 40 mínútur, hrærið af og til. Berið fram heitt.

óvart kjúklingur

fyrir 4 manns

Hráefni

150g / 5 ½ oz kóríanderlauf, saxað

10 hvítlauksrif

2,5 cm/1 tommu engiferrót

1 teskeið af garam masala

1 matskeið tamarindmauk

2 tsk kúmenfræ

1 teskeið af saffran

4 matskeiðar af vatni

Salt eftir smekk

1 kg / 2¼ lb kjúklingur, skorinn í 8 bita

Hreinsuð jurtaolía til steikingar

2 þeytt egg

Aðferð

- Malið allt hráefni nema kjúkling, olíu og egg í slétt deig. Marinerið kjúklinginn með þessu deigi í 2 klst.
- Hitið olíuna á pönnu. Dýfið hverjum kjúklingi í eggin og steikið við meðalhita þar til hann er gullinbrúnn. Berið fram heitt.

kjúklingur með osti

fyrir 4 manns

Hráefni

12 kjúklingalæri

4 matskeiðar af smjöri

1 tsk engifermauk

1 teskeið af hvítlauksmauki

2 stórir laukar, smátt saxaðir

1 teskeið af garam masala

Salt eftir smekk

200g/7oz jógúrt

Fyrir marineringuna:

1 tsk engifermauk

1 teskeið af hvítlauksmauki

1 matskeið sítrónusafi

¼ tsk garam masala

4 skeiðar af rjóma

4 matskeiðar rifinn cheddar ostur

Salt eftir smekk

Aðferð

- Gataðu öll lærin með gaffli. Blandið öllu hráefninu í marineringuna. Marinerið lærin með þessari blöndu í 8-10 klst.
- Hitið smjörið á pönnu. Bætið við engifermauki og hvítlauksmauki. Steikið við meðalhita í 1-2 mínútur. Bætið við öllu hráefninu sem eftir er nema jógúrt. Steikið í 5 mínútur.
- Bætið læri og jógúrt út í. Eldið við lágan hita í 40 mínútur. Berið fram heitt.

Korma kjöt

(Kjöt soðið í sterkri sósu)

fyrir 4 manns

Hráefni

4 matskeiðar hreinsuð jurtaolía

2 stórir laukar, smátt saxaðir

1½ lbs / 675 g nautakjöt, skorið í 2,5 cm bita

360ml/12fl oz af vatni

½ teskeið af kanildufti

120ml / 4fl oz fljótandi rjómi

125g/4 ½oz jógúrt

1 teskeið af garam masala

Salt eftir smekk

10g/¼oz kóríanderlauf, smátt skorin

Fyrir kryddblönduna:

1½ msk kóríanderfræ

¾ matskeið kúmenfræ

3 grænir kardimommubelgir

4 svört piparkorn

6 tennur

2,5 cm/1 tommu engiferrót

10 hvítlauksrif

15 möndlur

Aðferð

- Blandið öllum innihaldsefnum kryddblöndunnar saman og malið með nægu vatni til að mynda slétt deig. Skildi það til hliðar.
- Hitið olíuna á pönnu. Bætið lauknum út í og steikið við meðalhita þar til hann er gullinn.
- Bætið blönduðu kryddmaukinu og kjötinu saman við. Steikið í 2-3 mínútur. Bætið vatninu við. Blandið vel saman og eldið við vægan hita í 45 mínútur.
- Bætið kanilduftinu, rjómanum, jógúrtinni, garam masala og salti út í. Hrærið vel í 3-4 mínútur.
- Skreyttu kjötkorma með kóríanderlaufum. Berið fram heitt.

Dhal Khema

(hakkað með linsubaunir)

fyrir 4 manns

Hráefni

675 g / 1½ lb lambahakk

1 tsk engifermauk

1 teskeið af hvítlauksmauki

3 stórir laukar, smátt saxaðir

360ml/12fl oz af vatni

Salt eftir smekk

600g/1lb 5oz chana dhal*, bleyti í 250ml/8fl oz af vatni í 30 mínútur

½ tsk tamarindmauk

60ml/2fl oz hreinsuð jurtaolía

4 tennur

2,5 cm / 1 tommu skaft

2 grænir kardimommubelgir

4 svört piparkorn

10g/¼oz kóríanderlauf, smátt skorin

Fyrir kryddblönduna:

2 teskeiðar af kóríanderfræjum

3 rauðar paprikur

½ teskeið af saffran

¼ tsk kúmenfræ

25 g/lítil 1 oz rifin fersk kókos

1 tsk af valmúafræjum

Aðferð

- Þurristið allt hráefnið í kryddblönduna. Myldu þessa blöndu með nægu vatni til að mynda slétt deig. Skildi það til hliðar.
- Blandið lambakjötinu saman við engifermaukið, hvítlauksmaukið, helminginn af lauknum, afganginum af vatni og salti. Eldið á pönnu við meðalhita í 40 mínútur.
- Bætið chana dhal saman við vatnið sem það var lagt í. Blandið vel saman. Eldið við lágan hita í 10 mínútur.
- Bætið við blönduðu kryddmauki og tamarindmauki. Lokið með loki og eldið í 10 mínútur, hrærið af og til. Skildi það til hliðar.
- Hitið olíuna á pönnu. Bætið afgangnum af lauknum út í og steikið við meðalhita þar til hann er gullinn.
- Bætið við negul, kanil, kardimommum og pipar. Steikið í eina mínútu.
- Takið af hitanum og hellið beint yfir hakkið og dhal blönduna. Hrærið vel í eina mínútu.
- Skreyttu dhal kheema með kóríanderlaufum. Berið fram heitt.

Svínakarrý

fyrir 4 manns

Hráefni

500 g / 1 lb 2 oz svínakjöt, skorið í 2,5 cm / 1 tommu bita

1 matskeið af maltediki

6 karríblöð

2,5 cm / 1 tommu skaft

3 tennur

500ml/16fl oz af vatni

Salt eftir smekk

2 stórar kartöflur, skornar í teninga

3 matskeiðar hreinsuð jurtaolía

1 teskeið af garam masala

Fyrir kryddblönduna:

1 msk kóríanderfræ

1 tsk kúmenfræ

6 svartur pipar

½ teskeið af saffran

4 rauðar paprikur

2 stórir laukar, smátt saxaðir

2,5 cm/1 tommu engiferrót, skorin í sneiðar

10 hvítlauksrif, skorin í sneiðar

½ tsk tamarindmauk

Aðferð

- Blandið öllu hráefninu fyrir kryddblönduna saman. Blandið saman við nóg af vatni til að mynda slétt deig. Skildi það til hliðar.
- Blandið svínakjötinu saman við ediki, karrýlaufum, kanil, negul, vatni og salti. Eldið þessa blöndu á pönnu við meðalhita í 40 mínútur.
- Bætið kartöflunum út í. Blandið vel saman og eldið við vægan hita í 10 mínútur. Skildi það til hliðar.
- Hitið olíuna á pönnu. Bætið kryddmaukblöndunni út í og steikið við meðalhita í 3-4 mínútur.
- Bætið svínakjöti og garam masala blöndunni út í. Blandið vel saman. Lokið með loki og eldið í 10 mínútur, hrærið af og til.
- Berið fram heitt.

Shikampoore Kebab

(Lambasteini)

fyrir 4 manns

Hráefni

3 stórir laukar

8 hvítlauksrif

2,5 cm/1 tommu engiferrót

6 þurrkaðar rauðar paprikur

4 matskeiðar ghee, auk auka til að steikja

1 teskeið af saffran

1 tsk malað kóríander

½ tsk malað kúmen

10 malaðar möndlur

10 malaðar pistasíuhnetur

1 teskeið af garam masala

klípa af kanildufti

1 matskeið af möluðum negul

1 msk möluð græn kardimommur

2 skeiðar af kókosmjólk

Salt eftir smekk

1 skeið af kossi*

750 g / 1 lb 10 oz lamb, hakkað

200g/7oz grísk jógúrt

1 matskeið smátt skorin myntulauf

Aðferð

- Blandið saman lauk, hvítlauk, engifer og papriku.
- Myldu þessa blöndu með nægu vatni til að mynda slétt deig.
- Hitið ghee á pönnu. Bætið þessu deigi við og steikið við meðalhita í 1-2 mínútur.
- Bætið við saffraninu, möluðu kóríander og möluðu kúmeni. Steikið í eina mínútu.
- Bætið við möluðum möndlum, möluðum pistasíuhnetum, garam masala, möluðum kanil, möluðum negul og kardimommum. Haltu áfram að steikja í 2-3 mínútur.
- Bætið við kókosmjólk og salti. Blandið vel saman. Hrærið í 5 mínútur.
- Bætið besan og hakki út í. Blandið vel saman. Eldið við lágan hita í 30 mínútur, hrærið af og til. Takið af hitanum og látið kólna í 10 mínútur.
- Þegar nautahakkblandan er orðin köld, skiptið henni í 8 kúlur og fletjið þær út í kótilettur. Skildi það til hliðar.

- Þeytið jógúrtina vel saman við myntulaufin. Setjið stóra skeið af þessari blöndu í miðjuna á hverri flettu kótilettu. Lokaðu eins og poki, rúllaðu í kúlu og flettu aftur út.
- Hitið ghee á pönnu. Bætið kótelettunum út í og steikið við meðalhita þar til þær eru gullnar. Berið fram heitt.

sérstakt lambakjöt

fyrir 4 manns

Hráefni

5 matskeiðar af ghee

4 stórir laukar, sneiddir

2 tómatar, sneiddir

1½ pund / 675 g lamb, skorið í 3,5 cm bita

1 lítri / 1¾ pints af vatni

Salt eftir smekk

Fyrir kryddblönduna:

10 hvítlauksrif

3 grænar paprikur

3,5 cm / 1½ tommu engiferrót

4 tennur

2,5 cm / 1 tommu skaft

1 matskeið af valmúafræjum

1 tsk svört kúmenfræ

1 tsk kúmenfræ

2 grænir kardimommubelgir

2 matskeiðar kóríanderfræ

7 piparkorn

5 þurrkaðar rauðar paprikur

1 teskeið af saffran

1 skeið af chana dhal*

25 g/lítil 1 oz myntulauf

25g/lítil 1oz kóríanderlauf

100 g / 3 ½ oz nýrifin kókos

Aðferð

- Blandið öllum innihaldsefnum kryddblöndunnar saman og malið með nægu vatni til að mynda slétt deig. Skildi það til hliðar.
- Hitið ghee á pönnu. Bætið lauknum út í og steikið við meðalhita þar til hann er gullinn.
- Bætið við blandaða kryddmaukinu. Steikið í 3-4 mínútur, hrærið af og til.
- Bætið tómötunum og lambinu út í. Steikið í 8-10 mínútur. Bætið við vatni og salti. Blandið vel saman, setjið lok á og eldið í 45 mínútur, hrærið af og til. Berið fram heitt.

Grænar Masala kótilettur

fyrir 4 manns

Hráefni

750g/1lb 10oz lambakótelettur

Salt eftir smekk

360ml/12fl oz hreinsuð jurtaolía

3 stórar kartöflur skornar í sneiðar

5 cm / 2 tommur af kanil

2 grænir kardimommubelgir

4 tennur

3 tómatar, smátt saxaðir

¼ tsk túrmerik

120ml edik

250ml/8fl oz af vatni

Fyrir kryddblönduna:

3 stórir laukar

2,5 cm/1 tommu engiferrót

10-12 hvítlauksrif

¼ tsk kúmenfræ

6 grænir chili, skornir í langsum

1 tsk kóríanderfræ

1 tsk kúmenfræ

50g/1¾oz kóríanderlauf, smátt skorin

Aðferð

- Marinerið lambið með salti í eina klukkustund.
- Blandið öllu hráefninu í kryddblönduna saman. Blandið saman við nóg af vatni til að mynda slétt deig. Skildi það til hliðar.
- Hitið helminginn af olíunni á pönnu. Bætið kartöflunum út í og steikið þær við meðalhita þar til þær eru gullnar. Tæmdu og geymdu.
- Hitið olíuna sem eftir er á pönnu. Bætið við kanil, kardimommum og negul. Leyfðu þeim að steikjast í 20 sekúndur.
- Bætið við blandaða kryddmaukinu. Steikið við meðalhita í 3-4 mínútur.
- Bætið tómötunum og saffran út í. Haltu áfram að steikja í 1-2 mínútur.
- Bætið við ediki og marineruðu lambakjöti. Steikið í 6-7 mínútur.
- Bætið við vatni og blandið vel saman. Lokið með loki og látið sjóða við vægan hita í 45 mínútur, hrærið af og til.
- Bætið frönskunum út í. Eldið í 5 mínútur, hrærið stöðugt í. Berið fram heitt.

lagskipt kebab

fyrir 4 manns

Hráefni

120ml/4fl oz hreinsuð jurtaolía

100g / 3 ½ aura brauðrasp

Fyrir hvíta lagið:

450 g/1 lb geitaostur, tæmd

1 stór kartöflu, soðin

½ teskeið af salti

½ tsk malaður svartur pipar

½ tsk chili duft

safi úr hálfri sítrónu

50g/1¾oz kóríanderlauf, saxað

Fyrir græna lagið:

200g/7oz spínat

2 matskeiðar mung dhal*

1 stór laukur, smátt saxaður

2,5 cm/1 tommu engiferrót

4 tennur

¼ tsk túrmerik

1 teskeið af garam masala

Salt eftir smekk

250ml/8fl oz af vatni

2 skeiðar af kossi*

Fyrir appelsínugula lagið:

1 hrært egg

1 stór laukur, smátt saxaður

1 matskeið sítrónusafi

¼ tsk appelsínugulur matarlitur

Fyrir kjötlagið:

500g/1lb 2oz hakkað kjöt

150 g / 5 ½ oz mung dhal*, liggja í bleyti í 1 klst

5 cm/2 tommur af engiferrót

6 hvítlauksrif

6 tennur

1 matskeið malað kúmen

1 matskeið chiliduft

10 svört piparkorn

600 ml / 1 lítri af vatni

Aðferð

- Blandið saman og hnoðið hvíta lagið með smá salti. Skildi það til hliðar.

- Blandið öllu hráefninu fyrir græna lagið nema besan. Eldið á pönnu við vægan hita í 45 mínútur. Blandið saman við besan og setjið til hliðar.
- Blandið öllu hráefninu fyrir appelsínulagið með smá salti. Skildi það til hliðar.
- Fyrir kjötlagið, blandið öllu hráefninu saman við smá salti og eldið á pönnu við meðalhita í 40 mínútur. Látið kólna og rífið.
- Skiptið blöndunni fyrir hvert lag í 8 hluta. Rúllið í kúlur og klappið varlega til að mynda kótelettur. Settu 1 kótilettu úr hverju lagi ofan á annað þannig að þú hafir átta 4-laga hamborgara. Þrýstið létt í aflanga teini.
- Hitið olíuna á pönnu. Dýfðu kebabunum í brauðmylsnu og steiktu við meðalhita þar til þau eru gullin. Berið fram heitt.

Barrah meistari

(Steiktur lambalæri)

fyrir 4 manns

Hráefni

1 tsk engifermauk

1 teskeið af hvítlauksmauki

3 matskeiðar af maltediki

1½ pund / 675 g lambakótilettur

400g/14oz grísk jógúrt

1 teskeið af saffran

4 fínt saxaðar grænar paprikur

½ tsk chili duft

1 tsk malað kóríander

1 tsk malað kúmen

1 teskeið af kanildufti

¾ tsk malaður negull

Salt eftir smekk

1 matskeið chaat masala*

Aðferð

- Blandið engifermauki og hvítlauksmauki saman við ediki. Marinerið lambið með þessari blöndu í 2 klst.
- Blandið öllum hráefnunum sem eftir eru nema chaat masala saman. Marinerið lambakótilletturnar með þessari blöndu í 4 klst.
- Stingið í kóteleturnar og bakið í ofni við 200°C (400°F, gasmerki 6) í 40 mínútur.
- Skreytið með chaat masala og berið fram heitt.

súrsuðu lambakjöt

fyrir 4 manns

Hráefni

10 þurrkaðar rauðar paprikur

10 hvítlauksrif

3,5 cm / 1½ tommu engiferrót

Salt eftir smekk

750ml / 1¼ lítri af vatni

2 skeiðar af jógúrt

1½ pund / 675 g lamb, skorið í 2,5 cm bita

250ml/8fl oz hreinsuð jurtaolía

1½ tsk túrmerik

1 msk kóríanderfræ

10 svört piparkorn

3 svartir kardimommubelgir

4 tennur

3 lárviðarlauf

1 tsk af rifnu epli

¼ tsk rifinn múskat

1 tsk kúmenfræ

½ tsk sinnepsfræ

100g / 3 ½ oz rifin kókos

½ teskeið af asafoetida

1 sítrónusafi

Aðferð

- Blandið saman rauðri papriku, hvítlauk, engifer og salti. Blandið saman við nóg af vatni til að mynda slétt deig.
- Blandið þessu deigi saman við jógúrt. Marinerið kjötið með þessari blöndu í 1 klst.
- Hitið helminginn af olíunni á pönnu. Bætið við túrmerik, kóríanderfræjum, piparkornum, kardimommum, negul, lárviðarlaufum, mace, múskati, kúmenfræjum, sinnepsfræjum og kókoshnetu. Steikið við meðalhita í 2-3 mínútur.
- Mala blönduna með nægu vatni til að mynda þykkt deig.
- Bætið olíunni sem eftir er á pönnu. Bæta við asafoetida. Látið það kólna í 10 sekúndur.

- Bætið við túrmerikfræmauki og möluðu kóríander. Steikið við meðalhita í 3-4 mínútur.
- Bætið marineruðu lambinu saman við og vatninu sem eftir er. Blandið vel saman. Lokið með loki og látið sjóða við vægan hita í 45 mínútur. Látið kólna.
- Bætið sítrónusafanum út í og blandið vel saman. Geymið lambalærið í loftþéttu íláti.

Goan lamb karrý

fyrir 4 manns

Hráefni

240ml/6fl oz hreinsuð jurtaolía

4 stórir laukar, smátt saxaðir

1 teskeið af saffran

4 tómatar, maukaðir

1½ pund / 675 g lamb, skorið í 2,5 cm bita

4 stórar kartöflur skornar í teninga

600 ml / 1 lítri af kókosmjólk

120ml/4fl oz af vatni

Salt eftir smekk

Fyrir kryddblönduna:

4 grænir kardimommubelgir

5 cm / 2 tommur af kanil

6 svartur pipar

1 tsk kúmenfræ

2 tennur

6 rauðar paprikur

1 stjörnu anís

50g/1¾oz kóríanderlauf, smátt skorin

3 grænar paprikur

1 tsk engifermauk

1 teskeið af hvítlauksmauki

Aðferð

- Til að undirbúa kryddblönduna, þurrristið kardimommuna, kanil, pipar, kúmenfræ, negul, rauðan pipar og stjörnuanís í 3-4 mínútur.
- Myldu þessa blöndu með restinni af kryddblöndunni og nægu vatni til að mynda slétt deig. Skildi það til hliðar.
- Hitið olíuna á pönnu. Bætið lauknum út í og steikið við meðalhita þar til þeir verða hálfgagnsærir.
- Bætið við saffran og tómatpúrru. Steikið í 2 mínútur.
- Bætið við blandaða kryddmaukinu. Steikið áfram í 4-5 mínútur.
- Bætið lambinu og kartöflunum saman við. Steikið í 5-6 mínútur.
- Bætið við kókosmjólk, vatni og salti. Blandið vel saman. Lokið með loki og eldið blönduna við vægan hita í 45 mínútur, hrærið af og til. Berið fram heitt.

bagara kjöt

(nautakjöt eldað í ríkri indverskri sósu)

fyrir 4 manns

Hráefni

120ml/4fl oz hreinsuð jurtaolía

3 rauðar paprikur

1 tsk kúmenfræ

10 karríblöð

2 stórir laukar

½ teskeið af saffran

1 tsk chili duft

1 tsk malað kóríander

1 tsk tamarindmauk

1 teskeið af garam masala

500 g / 1 lb 2 oz lamb, í teningum

Salt eftir smekk

500ml/16fl oz af vatni

Fyrir kryddblönduna:

2 matskeiðar af sesamfræjum

2 matskeiðar nýrifin kókos

2 skeiðar af hnetum

2,5 cm/1 tommu engiferrót

8 hvítlauksrif

Aðferð

- Blandið hráefninu fyrir kryddblönduna saman. Myldu þessa blöndu með nægu vatni til að mynda slétt deig. Skildi það til hliðar.
- Hitið olíuna á pönnu. Bætið við rauðum chilli, kúmenfræjum og karrýlaufum. Leyfðu þeim að steikjast í 15 sekúndur.
- Bætið lauknum út í og kryddblönduna. Steikið við meðalhita í 4-5 mínútur.
- Bætið restinni af hráefninu nema vatni út í. Steikið í 5-6 mínútur.
- Bætið vatninu við. Blandið vel saman. Lokið með loki og látið sjóða við vægan hita í 45 mínútur. Berið fram heitt.

Lifur í kókosmjólk

fyrir 4 manns

Hráefni

750 g / 1 lb 10 oz lifur, skorin í 2,5 cm / 1 tommu bita

½ teskeið af saffran

Salt eftir smekk

500ml/16fl oz af vatni

5 matskeiðar hreinsuð jurtaolía

3 stórir laukar, smátt saxaðir

1 matskeið smátt saxað engifer

1 matskeið fínt skorin hvítlauksrif

6 grænir chili, skornir í langsum

3 stórar kartöflur, skornar í 2,5 cm / 1 tommu bita

1 matskeið af maltediki

500ml/16fl oz kókosmjólk

Fyrir kryddblönduna:

3 þurrkaðar rauðar paprikur

2,5 cm / 1 tommu skaft

4 grænir kardimommubelgir

1 tsk kúmenfræ

8 svartur pipar

Aðferð

- Blandið lifrinni saman við saffran, salti og vatni. Eldið á pönnu við meðalhita í 40 mínútur. Skildi það til hliðar.
- Blandið öllum innihaldsefnum kryddblöndunnar saman og malið með nægu vatni til að mynda slétt deig. Skildi það til hliðar.
- Hitið olíuna á pönnu. Bætið lauknum út í og steikið við meðalhita þar til þeir verða hálfgagnsærir.
- Bætið við engifer, hvítlauk og grænum chilli. Steikið í 2 mínútur.
- Bætið við blandaða kryddmaukinu. Haltu áfram að steikja í 1-2 mínútur.
- Bætið lifrarblöndunni, kartöflunum, ediki og kókosmjólk út í. Hrærið vel í 2 mínútur. Lokið með loki og eldið í 15 mínútur, hrærið af og til. Berið fram heitt.

Lamb Masala með jógúrt

fyrir 4 manns

Hráefni

200g/7oz jógúrt

Salt eftir smekk

1½ pund / 675 g lamb, skorið í 2,5 cm bita

4 matskeiðar hreinsuð jurtaolía

3 stórir laukar, smátt saxaðir

3 gulrætur í teningum

3 tómatar, smátt saxaðir

120ml/4fl oz af vatni

Fyrir kryddblönduna:

25 g/lítil 1 oz kóríanderlauf, smátt skorin

¼ tsk túrmerik

2,5 cm/1 tommu engiferrót

2 grænar paprikur

8 hvítlauksrif

4 kardimommubelgir

4 tennur

5 cm / 2 tommur af kanil

3 karrýblöð

¾ tsk túrmerik

2 tsk malað kóríander

1 tsk chili duft

½ tsk tamarindmauk

Aðferð

- Blandið öllu hráefninu í kryddblönduna saman. Blandið saman við nóg af vatni til að mynda slétt deig.
- Blandið deiginu vel saman við jógúrtina og saltið. Marinerið lambið með þessari blöndu í 1 klst.
- Hitið olíuna á pönnu. Bætið lauknum út í og steikið við meðalhita þar til þeir verða hálfgagnsærir.
- Bætið við gulrótum og tómötum og steikið í 3-4 mínútur.
- Bætið marineruðu lambinu og vatni út í. Blandið vel saman. Lokið með loki og látið sjóða við vægan hita í 45 mínútur, hrærið af og til. Berið fram heitt.

Korma í Khada Masala

(Kryddað lambakjöt í þykkri sósu)

fyrir 4 manns

Hráefni

75g/2 ½oz ghee

3 svartir kardimommubelgir

6 tennur

2 lárviðarlauf

½ tsk kúmenfræ

2 stórir laukar, sneiddir

3 þurrkaðar rauðar paprikur

2,5 cm/1 tommu engiferrót, smátt skorin

20 hvítlauksrif

5 grænar paprikur skornar langsum

675 g / 1½ lb lamb, í teningum

½ tsk chili duft

2 tsk malað kóríander

6-8 skalottlaukar, afhýddir

200g/7oz niðursoðnar baunir

750ml / 1¼fl oz af vatni

Klípa af saffran, leyst upp í 2 matskeiðar af volgu vatni

Salt eftir smekk

1 teskeið af sítrónusafa

200g/7oz jógúrt

1 matskeið smátt skorin kóríanderlauf

4 harðsoðin egg, skorin í tvennt

Aðferð

- Hitið ghee á pönnu. Bætið við kardimommum, negul, lárviðarlaufum og kúmenfræjum. Leyfðu þeim að steikjast í 30 sekúndur.
- Bætið lauknum út í og steikið við meðalhita þar til hann er gullinn.
- Bætið við þurrum rauðum chilli, engifer, hvítlauk og grænum chilli. Steikið í eina mínútu.
- Bætið lambinu út í. Steikið í 5-6 mínútur.
- Bætið chilidufti, möluðum kóríander, skalottlaukum og ertum saman við. Steikið áfram í 3-4 mínútur.
- Bætið við vatni, saffranblöndu, salti og sítrónusafa. Hrærið vel í 2-3 mínútur. Lokið með loki og eldið í 20 mínútur.
- Taktu lokið af pönnunni og bætið jógúrtinni út í. Blandið vel saman. Lokið aftur og haltu áfram að elda við lágan hita í 20-25 mínútur, hrærið af og til.
- Skreytið með kóríanderlaufum og eggjum. Berið fram heitt.

Lamba- og nýrnakarrý

fyrir 4 manns

Hráefni

5 matskeiðar hreinsuð jurtaolía, auk auka til að steikja

4 stórar kartöflur skornar í langa strimla

3 stórir laukar, smátt saxaðir

3 stórir tómatar, smátt saxaðir

¼ tsk túrmerik

1 tsk chili duft

2 tsk malað kóríander

1 tsk malað kúmen

25 kasjúhnetur, gróft saxaðar

4 nýru, í teningum

500 g / 1 lb 2 oz lamb, skorið í 5 cm / 2 tommu bita

1 sítrónusafi

1 tsk malaður svartur pipar

Salt eftir smekk

500ml/16fl oz af vatni

4 harðsoðin egg, skorin í fernt

10g/¼oz kóríanderlauf, smátt skorin

Fyrir kryddblönduna:

1½ tsk engifermauk

1½ tsk hvítlauksmauk

4-5 grænar paprikur

4 kardimommubelgir

6 tennur

1 tsk svart kúmen

1½ msk malt edik

Aðferð

- Blandið öllu hráefninu fyrir kryddblönduna og malið með nægu vatni til að mynda slétt deig. Skildi það til hliðar.
- Hitið olíuna til að steikja á pönnu. Bætið kartöflunum út í og steikið við meðalhita í 3-4 mínútur. Tæmdu og geymdu.
- Hitið 5 matskeiðar af olíu á pönnu. Bætið lauknum út í og steikið við meðalhita þar til þeir verða hálfgagnsærir.
- Bætið við blandaða kryddmaukinu. Steikið í 2-3 mínútur, hrærið stöðugt í.
- Bætið tómötum, túrmerik, chilidufti, möluðu kóríander og möluðu kúmeni út í. Haltu áfram að steikja í 2-3 mínútur.

- Bætið kasjúhnetum, nýrum og lambakjöti saman við. Steikið í 6-7 mínútur.
- Bætið við sítrónusafa, pipar, salti og vatni. Blandið vel saman. Lokið með loki og látið sjóða við vægan hita í 45 mínútur, hrærið af og til.
- Skreytið með eggjum og kóríanderlaufum. Berið fram heitt.

Gosht Gulfam

(lamb með geitaosti)

fyrir 4 manns

Hráefni

675g/1½lb beinlaust lambakjöt

300 g/10 oz geitaostur, tæmd

200g/7oz khoya*

5½ oz/150g blandaðir þurrkaðir ávextir, smátt saxaðir

6 smátt saxaðar grænar paprikur

25 g/lítil 1 oz kóríanderlauf, smátt skorin

2 soðin egg

Fyrir sósuna:

¾ matskeið hreinsuð jurtaolía

3 stórir laukar, smátt saxaðir

5 cm/2 tommur engiferrót, smátt skorin

10 fínsaxaðir hvítlauksgeirar

3 tómatar, smátt saxaðir

1 tsk chili duft

120 ml lambakjötssoð

Salt eftir smekk

Aðferð

- Klappaðu lambið þar til það líkist steik.
- Blandið saman geitaosti, khoya, þurrum ávöxtum, grænum chilli og kóríanderlaufum. Hnoðið þessa blöndu þar til þú færð slétt deig.
- Dreifið deiginu yfir flatt lambið og setjið eggin í miðjuna.
- Vefjið lambakjötið vel þannig að deigið og eggin séu innan í. Vefjið inn í álpappír og bakið við 180°C (350°F, gasmerki 4) í 1 klukkustund. Skildi það til hliðar.
- Til að undirbúa sósuna skaltu hita ólífuolíuna á pönnu. Bætið lauknum út í og steikið við meðalhita þar til þeir verða hálfgagnsærir.
- Bætið engiferinu og hvítlauknum út í. Steikið í eina mínútu.
- Bætið tómötunum og chiliduftinu út í. Haltu áfram að steikja í 2 mínútur, hrærið stöðugt í.
- Bætið seyði og salti saman við. Blandið vel saman. Eldið við lágan hita í 10 mínútur, hrærið af og til. Skildi það til hliðar.
- Skerið bakaða kjötið í sneiðar og leggið sneiðarnar á fat. Hellið sósunni yfir þær og berið fram heita.

Pyaaza lamb

(lambakjöt með lauk)

fyrir 4 manns

Hráefni

120ml/4fl oz hreinsuð jurtaolía

1 teskeið af saffran

3 lárviðarlauf

4 tennur

5 cm / 2 tommur af kanil

6 þurrkaðar rauðar paprikur

4 grænir kardimommubelgir

6 stórir laukar, 2 saxaðir, 4 sneiðar

3 matskeiðar engifermauk

3 skeiðar af hvítlauksmauki

2 tómatar, smátt saxaðir

8 skalottlaukar, skornir í tvennt

2 teskeiðar af garam masala

2 tsk malað kóríander

4 teskeiðar af möluðu kúmeni

1½ tsk rifið epli

½ rifinn múskat

2 tsk malaður svartur pipar

Salt eftir smekk

675 g / 1½ lb lamb, í teningum

250ml/8fl oz af vatni

10g/¼oz kóríanderlauf, smátt skorin

2,5 cm/1 tommu engiferrót, söxuð

Aðferð

- Hitið olíuna á pönnu. Bætið við saffran, lárviðarlaufum, negul, kanil, rauðum pipar og kardimommum. Leyfðu þeim að steikjast í 30 sekúndur.
- Bætið söxuðum lauknum út í. Steikið þær við meðalhita þar til þær verða hálfgagnsærar.
- Bætið við engifermauki og hvítlauksmauki. Steikið í eina mínútu.
- Bætið við tómötum, skalottlaukum, garam masala, malaðri kóríander, möluðu kúmeni, mace, múskati, pipar og salti. Haltu áfram að steikja í 2-3 mínútur.
- Bætið lambinu og sneiðum lauknum út í. Blandið vel saman og steikið í 6-7 mínútur.
- Bætið vatninu við og hrærið í eina mínútu. Lokið með loki og eldið í 30 mínútur, hrærið af og til.
- Skreytið með kóríander og engiferlaufum. Berið fram heitt.

www.ingramcontent.com/pod-product-compliance
Lightning Source LLC
LaVergne TN
LVHW010924061026
849535LV00007B/2214
* 9 7 8 1 8 3 5 7 9 6 2 2 1 *